लक्ष्यवेध

I0678680

रणजित देसाई

मेहता पब्लिशिंग हाऊस

✆ +91 020-24476924 / 24460313

Email : production@mehtapublishinghouse.com

Website : www.mehtapublishinghouse.com

◆ *या पुस्तकातील लेखकाची मते, घटना, वर्णने ही त्या लेखकाची असून त्याच्याशी प्रकाशक सहमत असतीलच असे नाही.*

LAKSHYAVEDH by RANJEET DESAI

लक्ष्यवेध : रणजित देसाई / कादंबरी

Email : author@mehtapublishinghouse.com

© सौ. मधुमती शिंदे व सौ. पारू नाईक

मराठी पुस्तक प्रकाशनाचे हक्क मेहता पब्लिशिंग हाऊस पुणे.

प्रकाशक : सुनील अनिल मेहता, मेहता पब्लिशिंग हाऊस,
१९४१, सदाशिव पेठ, माडीवाले कॉलनी, पुणे – ४११०३०.

मुखपृष्ठ : चंद्रमोहन कुलकर्णी

प्रकाशनकाल : १९८० / १९८४ / एप्रिल, १९९७ / एप्रिल, २००३ / मार्च, २००७ / सप्टेंबर, २००९ / जानेवारी, २०१२ / नोव्हेंबर, २०१३ / जून, २०१६ / पुनर्मुद्रण : जून, २०१९

P Book ISBN 9788177663945

E Book ISBN 9789386175823

E Books available on : play.google.com/store/books
www.amazon.in/b?node=15513892031

शिवचरित्र आणि त्याचा अभ्यास हेच ज्यांनी आपलं कर्तव्य समजलं आणि
त्यासाठी आपलं जीवन खर्चलं,
ते माझे स्नेही बाबासाहेब पुरंदरे यांना शिवचरित्रातील
हे पान अर्पण.

इतिहास आणि ऐतिहासिक सत्य

असे सांगतात की, सर वाल्टर रॅले जेव्हा इंग्लंडमध्ये कारावास भोगत होते, तेव्हा त्यांनी जगाचा इतिहास लिहायला घेतला. ते इतिहास लिहीत होते आणि एके दिवशी समोरच्या पिंजऱ्यामध्ये असलेल्या कैद्यांची मारामारी झाली. सर वाल्टर रॅले ते सारं दृश्य पाहत होते. त्यानंतर जेव्हा चौकशी झाली, तेव्हा त्या घटनेचं वर्णन अनेक साक्षीदारांनी अनेक तऱ्हेनं केलं. सर वाल्टर रॅले ते सारं पाहत होते. त्यांच्या मनात विचार तरळला : 'डोळ्यासमोर घडलेली गोष्ट, तिचा अर्थ इतक्या प्रकारांनी लावला जातो. मग शेकडो वर्षांपूर्वी घडलेली घटना हीच आहे, अशीच घडली, हे सांगण्याचा मला काय अधिकार?' त्या विचारांनी सुबुद्ध बनलेल्या वाल्टर रॅलेंनी आपला लिहिलेला इतिहास जाळून टाकला.

आज शिवकालाचा इतिहास पाहता-पाहता तो एखाद्या जुन्या वाड्यातल्या भित्तिचित्रासारखा दिसतो आहे. काही रंग हरवले आहेत. काही व्यक्तिरेखा पुसट झाल्या आहेत. पण ते चित्र पाहत असता 'केव्हा तरी मूळ रंगांतून ते चित्र चितारले गेले असेल', तेव्हा ते किती प्रभावी असेल, हे स्वप्न लेखकाच्या समोर सदैव उभे राहते.

आजवर अनेक ऐतिहासिक कादंबऱ्या लिहिल्या गेल्या. हरी नारायण आपटे, नाथमाधव, वि.वा. हुडप यांनी एके वेळी ऐतिहासिक कादंबरीचं दालन संपन्न केलं होतं. पण त्यांच्यावर इंग्रजी कादंबरीचा पगडा होता. एखादी ऐतिहासिक घटना आणि तिच्याभोवती रचलेल्या काल्पनिक प्रसंगाची गुंफण करून ती कादंबरी पूर्ण होत असे. या संदर्भात

'गड आला; पण सिंह गेला' या कादंबरीचा उल्लेख करावा लागेल.

पण त्यानंतर इतिहासाशी अधिक प्रमाणात प्रामाणिक राहून कादंबऱ्या लिहिण्याचा प्रयत्न मराठीत झाला. त्याचे प्रथम श्रेय कवी साधुदासांना द्यावे लागते. त्यांची 'पौर्णिमा' आणि यानंतर ना.सं. इनामदार, बिवलकर, शिवाजी सावंत यांनी लिहिलेल्या कादंबऱ्यांचा उल्लेख करावा लागतो.

इतिहास आणि ऐतिहासिक सत्य हे जाणून घेणं महाकठीण आहे. ऐतिहासिक सत्य, समकालीन मिळालेला पुरावा आणि त्याला मिळणारा उत्तरकालीन आधार यांवर मान्य केलं जातं. उपलब्ध बखरीचा पुरावा, दंतकथा किंवा उत्तरकालीन पत्रं यांचा पुरावा मान्य केला जात नाही. त्यामुळे इतिहासात अनेक दऱ्या निर्माण होतात.

शिवचरित्राबाबतच बोलायचं झालं, तर एवढ्या प्रचंड फौजेनिशी आलेला अफजल वाई सोडून कोयना खोऱ्यात का उतरला? आणि नि:शस्त्रपणे गडाच्या माचीवर का गेला? याला उत्तर नाही. ज्यानं आपल्या भावांच्या कत्तली करण्यातसुद्धा मागं-पुढं पाहिलं नाही, त्या औरंगजेबाला; हाती सापडलेल्या शिवाजीचा निर्णय घ्यायला इतका कालावधी का लागावा, याला इतिहासात उत्तर नाही.

या प्रश्नांची उत्तरं शोधायची झाली, तर निवळ इतिहास पाहून चालणार नाही. त्यासाठी तत्कालीन बखरी, उत्तरकालीन पत्रव्यवहार आणि त्या संदर्भात आलेल्या दंतकथा यांचाच आधार घ्यावा लागतो. आज पाश्चात्त्य देशात इतिहासाचं संकलन करताना या गोष्टींचा वापर

केला जात आहे.

'लक्ष्यवेध' कादंबरी लिहीत असता मी या सर्व गोष्टींचा वापर केला आहे. तत्कालीन बखरी, पत्रव्यवहार आणि दंतकथा यांच्या साहाय्यानं ही कादंबरी मी पूर्ण केली आहे.

या कादंबरीचं प्रथम लेखन 'धर्मभास्कर' दिवाळी अंकासाठी म्हणून केलं. त्यानंतर काही प्रसंग अधिक लिहून आज ही कादंबरी वाचकांच्या समोर येत आहे.

या कादंबरीसाठी पांडुरंग कुंभार, श्री.के.एन्. पाटील, नी. राजाभाऊ मराठे, श्री. दौलत मुतगेकर या स्नेह्यांनी खूप मदत केली.

शिवचरित्रातील प्रत्येक प्रसंग म्हणजे स्वतंत्र कादंबरीचा विषय. या चरित्राइतकं सर्वांगसुंदर चरित्र आजवर इतिहासानं पाहिलेलं नाही. असा या चरित्राचा लौकिक. बारा मावळांत स्वराज्याचं रोपटं रुजतं न रुजतं, तोच अफजलखानाचं संकट अवतरलं. वाईपासून प्रतापगडापर्यंतच्या हिरव्यागर्द रानावर राजकारणाचा पट मांडला गेला. चढे घोडियानिशी राजांना पकडून नेण्याची अफजलखानाची गर्वोक्ती होती; आणि खानास मारल्याविना राज्य साधणार नाही, हे राजे पुरे जाणून होते.

या दोन राजकारण-धुरंधरांनी खेळलेला डाव म्हणजेच 'लक्ष्यवेध'.

३ फेब्रुवारी ८०   रणजित देसाई

सरत्या उन्हाळ्याचे रखरखते दिवस. दुपार टळत आली होती. तरी तांबड्या मातीतून वाफारे उठत होते. राजगडच्या पायथ्याशी असलेला शिवापट्टण गाव सावर, पांगाऱ्याच्या लाल फुलांच्या गर्दीत; आम्रवृक्षाच्या सावलीत दडून बसला होता. गावात शांतता पसरली होती. गावच्या उगवतीला माळावर राजांचा चारचौकी वाडा उभा होता. वाड्याला वेढलेली चिरेबंदी कूस डौलदार कमानीने नजरेत भरत होती.

सईबाई राणीसाहेबांच्या महालात मनोहारीने दबक्या पावलाने प्रवेश केला. मनोहारीचे लक्ष सईबाईसाहेब झोपलेल्या पलंगाकडे गेले.

सईबाईंचे डोळे मिटलेले होते. मावळतीच्या सज्जातून सूर्यकिरण पलंगावर उतरले होते.

राणीसाहेबांना प्रकाशाचा त्रास होऊ नये, झोपमोड होऊ नये, म्हणून मनोहारी सज्जावरचे पडदे सोडू लागली. तोच तिच्या कानांवर हाक आली.

''मनू!''

''जी'' म्हणत मनोहारीने चमकून पाहिले.

राणीसाहेब तिच्याकडे पाहत होत्या. त्या क्षीण हास्य करीत म्हणाल्या,

''मी जागीच आहे. नुसती डोळे मिटून पडले होते.''

''जी! झोप आली नाही?''

''ती आता एकदाच यायची.'' सईबाईसाहेबांनी नि:श्वास सोडला.

''परत ज्वर आला?'' मनोहारीनं भीतीनं विचारलं.

''ज्वर नाही; तो असता, तर बरं झालं असतं, नको ते विचार मनात येतात, बघ.''

सईबाई सावकाश उठल्या.

मनोहारीने तत्परतेने त्यांच्या पाठीशी लोड देत म्हटलं,

“आता लवकर बरं वाटेल, बघा! साहेबांनी शिखर-शिंगणापूरला अभिषेक सांगितलाय.”

“काय होईल, ते खरं!” सईबाई खिन्नपणे उद्‌गारल्या. “गेलं वर्षभर असाच चढ-उतार चाललाय. कधी बरं, तर कधी जास्त. शंभू कुठं आहे?”

“मासाहेबांच्या महालात खेळताहेत. मी तिथंच होते. मासाहेबांनीच आपल्याकडं पाठविलं.”

“आणखीन कोण आहे तिथं?”

“धाराई हाय. बाळराजे तिच्याबिगर ऱ्हातच न्हाईत.”

“तीच त्यांची खरी आई. मी फक्त नावाची!” सईबाई सांगत होत्या. “आम्ही पुरंदरला असताना बाळराजांचा जन्म झाला. ते जन्मले आणि मी आजारी पडले. अंगावरचं दूध पुरेनासं झालं. म्हणून मासाहेबांनी कापूरवहाळच्या धाराई गाडे हिला दूध-आई म्हणून आणलं. तीच त्यांची खरी आई.”

विषय बदलत सईबाई म्हणाल्या,

“आज भारी उकडतंय, नाही?”

“वारा घालू?” मनोहारीनं विचारलं.

“नको.” सईबाई म्हणाल्या. “या अंथरुणावर पडून वेळच जात नाही, बघ. भारी कंटाळा येतो.”

“सारीपाट खेळणार?”

“काढ! जरा खेळू. तेवढंच मन रमेल.”

मनोहारीने सईबाईसाहेबांच्या समोर पट मांडला. मनोहारी पलंगाशेजारी बसून, पलंगावर ओणवी होऊन खेळू लागली. खेळता-खेळता मनोहारी एकदम उभी राहिली.

सईबाईचं लक्ष दरवाजाकडे गेलं.

जिजाबाई आत येत होत्या. गुलाबी जरीवस्त्र परिधान केलेल्या जिजाबाई ताठ मानेनं सईबाईंच्या पलंगाजवळ आल्या. एवढं वय होऊनही त्यांच्या चेहऱ्यावरचं तेज कमी झालं नव्हतं. भव्य कपाळावर कुंकवाचा टिळा शोभत होता. करारी नेत्रांत मायेचं पाणी तरळत होतं.

पातळ ओठांवर मंद स्मित विराजलं होतं.

जिजाबाईंना पाहून सईबाई संकोचल्या.

जिजाबाई हसून म्हणाल्या,

"खेळ, पोरी! डाव थांबवू नको. खेळ! बरेच दिवसांनी तुला खेळताना पाहून बरं वाटलं. मी जाते. तुझा डाव चालू दे. दमल्यासारखं वाटलं, तर खेळू नको."

"जी!" सईबाई म्हणाल्या.

जिजाबाई आल्या, तशाच परत गेल्या.

सईबाईंच्या चेहऱ्यावर हसू उमटले. त्या म्हणाल्या,

"मनू! असं घर मिळायला नशीब लागतं, बघ. मासाहेब माझ्या सासू नव्हेत. आईचीच माया त्यांनी दिली."

सारीपाटाचा खेळ रंगत असता धाकट्या राणीसाहेब पुतळाबाई आत आल्या. कृत्रिम रोषानं त्या म्हणाल्या,

"मला बोलावलं असतं, तर मी नसते आले?"

"मला वाटलं; दोन प्रहरची वेळ. आपण विश्रांती घेत असाल."

"विश्रांती कुठली! आज पागासहित मुक्कामाला येणार, असं मासाहेबांनी सांगितलं. म्हणून मुदपाकखान्याची व्यवस्था पाहत होते."

"आज स्वारी येणार?" सईबाईंनी आश्चर्यानं विचारलं.

"हो! दुपारीच सांडणीस्वार आला होता." डावाकडे पाहत पुतळाबाई म्हणाल्या, "आज मनूचा डाव दिसतो."

"मेलीच्या हाताला यशच आहे. टाकेल, ते दान तिच्याच बाजूला पडतं." सईबाई हसत म्हणाल्या.

"मी तिचा डाव खेळू?"

"हे काय विचारणं! खेळा ना!"

पुतळाबाई पलंगावर बसल्या आणि डाव सुरू झाला.

थोडा वेळ डाव चालला आणि टापांच्या आवाजानं सारा मुलूख गजबजून उठला. गडबडीनं उठत पुतळाबाई म्हणाल्या,

"स्वारी आली, वाटतं! मनू, तू खेळ. मी आले."

पुतळाबाई त्वरेने महालाबाहेर आल्या. तोवर मधल्या चौकात जिजाबाई आल्या होत्या. वाड्यासमोर सेवकांची धावपळ चालू होती. सदरेवर बसल्या जागी पेंगणारे फिरंगोजी उठून आपले मुंडासे सारखे

करीत होते. साऱ्यांची नजर कमानीतून दिसणाऱ्या गर्द झाडीकडे लागली होती.

दूरवर झाडीतून अश्वपथक प्रकटले. पथकाच्या अग्रभागी दौडणाऱ्या शिवाजी राजांच्यावर साऱ्यांच्या नजरा स्थिरावल्या.

पाहता-पाहता राजांचे अश्वपथक तटाच्या कमानीतून प्रवेश करते झाले. सेवक धावले. राजे पायउतार झाले. वाड्याच्या पुढच्या सदरेसमोर पायऱ्यांलगत ठेवलेल्या घंगाळातील पाणी पायांवर घेऊन राजे सदरेवर आले. सदरेवर अदबीने उभे असलेल्या अनाजी, मोरोपंत, फिरंगोजी, इत्यादी मानकऱ्यांचे मुजरे स्वीकारून राजांनी वाड्यात प्रवेश केला.

आतल्या सदरेवर जिजाबाई संभाजी राजांचे बोट धरून उभ्या होत्या. शिवाजीराजे हसतमुखाने पुढे झाले. जिजाबाईंच्या पायाला उजव्या हाताने स्पर्श करून त्यांनी वंदन केले.

राजे सदरेवर बसताच जिजाबाईंनी विचारलं,

"राजे, प्रतापगडावरून आलात?"

"जी! आपल्या आज्ञेप्रमाणे केदारेश्वराचं मंदिर पूर्ण झालं आहे."

"राजे, केवढ्या तातडीनं प्रतापगड उभा केलात. आम्ही जेव्हा प्रतापगडावर गेलो, तेव्हा ढोपऱ्या डोंगराचं प्रतापगडात झालेलं रूपांतर आम्हांला खरं वाटत नव्हतं. एकदा तुमच्या मनात काही आलं, की ते पुरं केल्याशिवाय जिवाला चैन नाही."

"मासाहेब!" राजे हसून म्हणाले, "आम्ही तेवढे का हट्टी?"

"नाही कसे! जावळी स्वराज्यात आली आणि त्याच दिवसापासून तुमच्या मनानं उचल घेतली. आम्ही पाहतो ना! इकडे कल्याण, भिवंडी काबीज झाली. कर्नाटक-मोहीम काढलीत. पण हे सारं करीत असता प्रतापगड उभा करण्याचं काम चालूच. एवढ्या तातडीचं का ते होतं?"

"मासाहेब, साऱ्यांनी आम्हांला हेच विचारलं; पण त्यात आश्चर्य वाटलं नाही; पण आपण हे विचारावं, याचं आश्चर्य वाटतं. आम्ही फत्तेखानाचा पराभव केल्यामुळं आदिलशाही दुखावलेली आहे, कल्याण-भिवंडीमुळं दिल्ली तख्ताचा रोष आम्ही ओढवून घेतला आहे."

"आणि म्हणून प्रतापगड! तिथं कोण जाईल मरायला?"

"म्हणूनच प्रतापगड हाती घेतला. एक ना एक दिवस आदिलशाही किंवा मोंगलाई आमच्या पारिपत्यासाठी निश्चितपणे येईल." राजांच्या

मुखावरचं हास्य विरलं. मुद्रा गंभीर झाली. ''या वख्ताला आमची ताकद केवढी. जर तसं संकट आलं, तर आमच्या या लहान राज्यात भारी शत्रू परवडणार नाही. जावळी खोऱ्यात बिकट रानानं वेढलेला प्रतापगड आम्हांला आश्रय देईल. संकटातून तारेल.''

राजांच्या बोलण्याने जिजाबाई विचारात पडल्या असता, मुदपाकखान्यावरचा विठोबा लंगडत सदरेवर आला. राजांना मुजरा करताच राजांनी विचारलं,

''विठोबा, लंगडतोस बरा?''

''आपली कृपा हाय, राजे!'' विठोबा संताप आवरत म्हणाला.

''काय झालं, मासाहेब?''

''त्यालाच विचारा.'' आपलं हसू आवरत जिजाबाई म्हणाल्या. ''तुमचे सक्तीचे हुकूम सुटतात आणि माणसं जायबंदी होतात. आता त्याचं वय झालं.''

''कशानं पाय दुखवला, विठोबा?'' राजांनी परत विचारलं.

''घोड्यावरनं पडलो.'' विठोबा नजर चुकवत म्हणाला.

''घोड्यावरनं!'' राजे आश्चर्याने उद्गारले.

''व्हय. पण ते त्या म्हाताऱ्याला कळाय् नको?'' विठोबाचा संताप प्रकटला.

''कोण म्हातारा?''

''त्यो! तुमचा फिरंगोजी बसलाय नवं सदरंत. त्याला कोन बोलनार? कवा तरी मासायबांच्या संगं सोंगट्या खेळतो आनी दिवसध्याड सदरंवर पेंगत बसतो.''

राजांच्या लक्षात सारं काही आलं. पण चेहऱ्यावर काही न दाखवता गंभीरपणे राजे म्हणाले,

''अरे, पण तू सांगायचंस!''

''काय सांगनार आणि ऐकतं कोन? सांगत व्हतो, मला ते जमायचं न्हाई. तर मांजरावानी डोळं करून म्हनला, 'राजांचा हुकूम हाय!' आता त्यो कोन मोडनार?''

''पुढं!'' राजांनी विचारलं.

''माझं नशीब! राजे, तुमीच सांगा. दोन पोरं हाईत न्हवं तुमच्या चाकरीला? आता म्हातारा झालो. घोडा तरी गरीब बघून द्याचा, का

न्हाई? घोड्यावर बसून नित्तं ह्याऽ ह्याऽ म्हनालो आनी उधळलं न्हवं का! भुईवर मला टाकून घोडं कवा पळालं, ते बी कळलं न्हाई. म्या व्हवी ती चाकरी करतो; पण घोड्यावर बसनार न्हाई, म्हनून सांगा त्या फिरंगोजीला. न्हाई तर माझी धडगत न्हाई."

राजांनी कष्टानं हसू आवरलं. जिजाबाई म्हणाल्या,

"राजे, यांना सक्ती कशाला करता? बिचारे हे काय लढाईला जाणार?"

"कुणी सांगावं! जावं लागेलही." राजे निश्चयपूर्वक म्हणाले. "मासाहेब. आमच्या साऱ्या छावण्यांत हेच चालू आहे. आमच्या फौजेच्या पायदळाचा प्रत्येक गडी नुसता घोड्यावर बसण्यात तरबेज नाही, तर तो धावत्या घोड्यावरून भाला फेकण्यात, तलवार चालवण्यात निष्णात बनला आहे. नाही, विठोबा. ते जमायचं नाही. पाय बरा झाला, की तुला घोडदौड शिकावीच लागेल."

विठोबानं कपाळाला हात लावला आणि तो माघारी वळला. ते पाहून राजे मोठ्याने हसले.

◆

सायंकाळी दिवेलावणीच्या वेळी राजे सईबाईंच्या महाली आले. मनोहारी पदर सावरून महालाबाहेर गेली. सईबाई पलंगावर बसल्या होत्या. त्या उठू लागल्याचं पाहताच राजे म्हणाले, "तुम्ही उठू नका! कशी आहे तब्येत? मासाहेब म्हणाल्या, की ज्वर कमी झाला, म्हणून.'

"जी! आता खूप बरं वाटतं.'' सईबाईसाहेब म्हणाल्या.

राजे सईबाईंच्याकडे पाहत होते. दीर्घ आजारात सईबाई अशक्त बनल्या होत्या. तरी त्यांचं चेहऱ्यावरचं लावण्य कमी झालं नव्हतं. राजांना जाणवली, ती त्यांची वाढती क्षीणता. राजांचा विवाह झाला, तेव्हा सईबाई फार तर सात-आठ वर्षांच्या होत्या. राजांचं वय दहा वर्षांचं. राजांच्या जीवनात सईबाई खऱ्या अर्थानं सौंगडी म्हणून आल्या.

सईबाईंची वाढती क्षीणता पाहून राजांच्या मनात कालवाकालव झाली. त्याच वेळी राजांचं लक्ष समईच्या थरथरणाऱ्या ज्योतीकडे गेलं. राजांनी लगबगीनं पुढे होऊन समईची वात थोर केली. सईबाई हसत म्हणाल्या,

"वात पुढं करून काही होणार नाही. समईतलं तेल संपलं आहे.''

राजांनी चमकून सईबाईंच्याकडे पाहिलं.

"आपण येण्याआधी मनोहारीला मी तेच सांगत होते.'' सईबाई म्हणाल्या.

राजांना सईबाईंच्या बोलण्याची सत्यता पटली. हाती तेलाचा बुधला घेऊन मनोहारीने आत प्रवेश केला. तिने समईत तेल ओतले. वात फरफरत परत उजळली. मंद प्रकाशाने महाल भरून गेला.

राजे त्या तेवणाऱ्या ज्योतीकडे पाहत होते. त्यांच्या मनात विचार

तरळून गेला.

'माणसाच्या हाती असेच तेलाचे बुधले असते, तर...!'

''बसावं तरी...'' सईबाईंचा आवाज आला.

त्या शब्दांनी राजे भानावर आले. पण मनातला विचार दूर झाला नाही. त्यांनी सईबाईंच्याकडे पाहिलं आणि चौरंगावर ठेवलेल्या सारीपाटाकडे त्यांचं लक्ष वळलं. विषय बदलत ते म्हणाले,

''आज सारीपाटाचा डाव मांडला होता, वाटतं!''

''हो!''

''कुणाबरोबर खेळत होता?''

''धाकट्या राणीसाहेब.''

''कोण? पुतळा?''

''जी!''

''मग कोण जिंकलं?''

सईबाई म्हणाल्या,

''कोणी नाही. आपण आलात, म्हणून पुतळाला जावं लागलं.''

''छे! असा अर्धा डाव कधी सोडतात का? आज आपण परत डाव मांडू. थकवा नाही ना?'' राजांनी विचारलं.

सईबाईंनी नकारार्थी मान हलवली.

राजांनी सईबाईंच्यासमोर डाव मांडला. सईबाईंच्या नजरेला नजर भिडवीत राजे म्हणाले,

''सई, आपण खेळू. पण एक शर्त आहे.''

''कसली?'' सईबाईंनी विचारलं.

''आम्ही डाव जिंकला, तर तुम्ही लवकर बरं व्हायला हवं.''

''जशी आज्ञा! पण अर्धाच राहिला, तर...''

''तो राहणार नाही. तुमच्या दानानं सुरुवात करा.''

सईबाईंनी कवड्या हाती घेतल्या आणि विश्वासाने त्या हाती घोळवून दान टाकले.

सारीपाटाचा डाव चालला होता.

डाव रंगात आला असता मनोहारी आत आली. राजांची नजर वळताच ती म्हणाली,

''मासाहेबांनी सदरेवर बोलावलं आहे.''

“कोण आलं?”

“रामदासस्वामींचे शिष्य आले आहेत.”

“या वेळी?” राजे विचारात पडले.

सईबाईंच्या हसण्याने ते सावध झाले.

“का हसलात?” राजांनी विचारलं.

“शेवटी डाव अर्ध्यावरच राहिला ना?”

“अर्ध्यावर कसा राहील? आम्ही एवढ्यात येतो. डाव असाच राहू दे.”

राजे महालाबाहेर निघून गेले.

मांडलेल्या पटाकडे पाहत असता सईबाई राणीसाहेबांचे डोळे अकारण भरून आले. मनोहारीकडे न पाहता त्या म्हणाल्या,

“मनू, डाव गुंडाळून ठेव! हा डाव पुरा होईल, असं वाटत नाही.”

◆

राजे सदरेवर आले, तेव्हा सदरेत जिजाबाई बसल्या होत्या. त्यांच्या समोर भिंतीलगत अंथरलेल्या मृगाजिनावर एक तरुण संन्यासी बसला होता.

राजांना पाहताच संन्यासी उठला, त्याने नम्र भावाने राजांना वंदन केले.

राजांनी हात जोडून त्याचा स्वीकार केला.

जिजाबाईंचे शब्द उमटले.

"राजे, हे समर्थांचे पत्र घेऊन आले आहेत."

संन्याशाने आपल्या काखेच्या झोळीतून पत्र काढलं आणि राजांच्या हाती दिलं.

पत्र मस्तकी लावून राजांनी पत्राची सुरळी उघडली.

पत्रावरून राजांची नजर फिरत होती. चेहऱ्यावर स्मित उजळत होतं.

अधीर झालेल्या जिजाबाईंनी विचारलं,

"काय लिहिलंय?"

"वाचतो ना!" राजे म्हणाले आणि वाचू लागले :

विवेकें करावें कार्यसाधन।
जाणार नरतनु हें जाणोन।
पुढील भविष्यार्थी मन।
रहाटोचि नये।।
चालो नये असत्मार्गीं।
सत्यता बाणलिया आंगीं।
रघुवीर कृपा ते प्रसंगीं।
दासमाहात्म्य वाढवी।।
रजनीनाथ आणि दिवाकर।

नित्यनेमें करिती संचार।
घालताती येरझार।
लाविलें भ्रमण जगदीशें।
आदिमाया मूळ भवानी।
हेच जगताची स्वामिनी।
एकांतीं विवेक धरूनी।
इष्ट योजना करावी॥

"केवढी प्रासादिक वाणी आहे!" जिजाबाई म्हणाल्या "राजे, समर्थांचा उपदेश ऐकून मन प्रसन्न झालं."

"क्षमा असावी, आऊसाहेब! समर्थांनी हे पत्र नुसत्या क्षेम-समाचारासाठी लिहिलं नाही. तो त्यांचा रिवाज नाही." राजांनी संन्याशाकडे लक्ष वळवलं. "संन्यासी, आपलं नाव?"

"चिदंबर म्हणतात मला."

राजे चिदंबराला निरखीत होते.

काळ्याभोर केसांची जटा मस्तकी बांधलेली, भगवी कफनी धारण केलेली चिदंबराची मूर्ती राजे डोळ्यांत साठवत होते. फार तर सतरा-अठरा वर्षांची चिदंबराची उमर दिसत होती. गोल, सतेज, पाणीदार डोळे भेदक वाटत होते.

राजांनी विचारलं,

"चिदंबर, सध्या समर्थ कोठे आहेत?"

"शिवथर गुंफेत दासबोध पुरा करीत आहेत."

"ते आम्ही जाणतो! समर्थ श्रावणात महाबळेश्वरी येतात. तेव्हा आम्ही त्यांचं दर्शन घेऊ. समर्थांना आमचा दंडवत कळवा. त्यांना सांगा; जोवर त्यांचे आशीर्वाद आमच्या कार्याला आहेत, तोवर आम्ही पराजयाची भीती बाळगत नाही. आम्ही सदैव सावध असतो. तुम्ही समर्थांच्या जवळ असता?"

"नाही! धर्मसंचारासाठी माझी नेमणूक वाई मुलखात आहे."

चिदंबराच्या मुखावर सूचकतेचे स्मित उमटले. त्याला राजांच्या स्मिताने प्रतिसाद दिला. राजे म्हणाले,

"आपण विश्रांती घ्या. सकाळी आम्ही समर्थांच्या पत्राला उत्तर देऊ."

राजांनी बोलावलेल्या सेवकासह चिदंबर बाहेरच्या सदरेवर गेला.

तो बाहेर जाताच जिजाबाईंनी विचारलं,

“राजे, आम्ही समजलो नाही.”

“थांबा!” म्हणत राजांनी परत पत्र उघडलं. राजे परत-परत पत्र वाचत होते. त्या वाचनात ते जिजाबाईंचं अस्तित्वही विसरून गेले होते.

जिजाबाईंना राहवलं नाही.

“राजे! सांगा ना!”

राजांनी जिजाबाईंकडे पाहिलं. त्यांच्या चेहऱ्यावर प्रसन्न भाव उमटला होता. पत्र जिजाबाईंच्या हाती देत राजे म्हणाले,

“मासाहेब! समर्थांनी नुसता उपदेश केलेला नाही. वरून भोळ्या, भावार्थी दिसणाऱ्या या पत्राबरोबर एक संदेशही पाठवला आहे.”

“कसला संदेश, राजे!”

“सावधगिरीचा! येणाऱ्या संकटाचा.”

“संकट!”

“हो! या पत्रातील श्लोकांची आद्याक्षरं वाचा. ती सांगतात : विजापूरचा सरदार निघाला आहे. एकांती विवेक धरुनी इष्ट योजना करावी.”

“राजे!” जिजाबाईंच्या नजरेत भीती तरळली.

“मासाहेब, एवढं भयव्याकूळ व्हायला काय झालं? जेव्हा स्वराज्याचा डाव मांडला, तेव्हाच हे सारं अपेक्षित नव्हतं काय?” राजांनी विचारलं.

“कोण सरदार येतो? कसलं संकट घेऊन येतो, याची चिंता वाटते.”

“मासाहेब, निदान तुमच्या मुखी हे शब्द शोभत नाहीत. भर अमावस्येला आम्ही फत्तेखानाच्या मोहिमेवर निघालो, तेव्हा तुम्हीच आशीर्वाद दिलेत ना! आमच्या आबासाहेबांना विश्वासघातानं कैद झाली. विजापूरला भिंतीत चिणून मारण्याची धमकी दिली. आपल्या सौभाग्यावर घाला आला असतानाही आपण कधी आम्हांला हा स्वराज्याचा खेळ थांबवण्याची आज्ञा केली नाहीत! आणि आता एक विजापूरचा सरदार येतो, या बातमीनं...”

“नाही रे, शिवबा! मन संकटांना भीत नाही. ते भितं उरी धरलेल्या ध्येयाला. त्यावर संकटाची सावलीसुद्धा पडू नये, असं वाटतं.”

राजे हसले. म्हणाले,

“संकटांचे ढग आले नाहीत, त्यांनी असंख्य जलधारांचा वर्षाव केला नाही, तर या भूमीत पेरलेलं बीज उगवणार कसं? मासाहेब, संकटाच्या छायेतच स्वातंत्र्याचं बीज फोफावत असतं. आता हा सरदार येतो आहे.

येऊ दे. जे फत्तेखानाचं झालं, तेच या सरदाराचं होईल. या प्रसंगी धन्यता वाटते, ती समर्थ आशीर्वादाची. त्या जिव्हाळ्यानं मन भरून येतं. आज शेकडो रामदासी शिष्य साऱ्या मुलुखातून धर्मसंचार करीत फिरत आहेत. त्यांच्याकरवी सर्व मुलुखांची वार्ता कळते. काही अनिष्ट दिसलं, भासलं, तर तत्परतेनं समर्थ आम्हांला सावध करतात. श्रावणमास जवळ येतो आहे. त्या वेळी समर्थ महाबळेश्वरला येतात, कीर्तनं करतात. उसंत मिळाली, तर आपण जरूर त्यांच्या दर्शनाला जाऊ.''

''तुम्ही समर्थांना पाहिलंत?''

''ते भाग्य आम्हांला लाभलं आहे. रायगडापासून काही कोसांवर शिवथर गुंफा आहे, तिथं एक संन्यासी येऊन वास्तव्य करतो. भगवी वस्त्रे धारण केलेले त्याचे शेकडो शिष्य आमच्या मुलुखातून, रानावनांतून संचार करताना दिसतात. त्यामुळं आमचं कुतूहल जागृत झालं आणि त्याचमुळं आम्ही समर्थांच्या दर्शनाला गेलो. उंची पुरी, सुदृढ बांधा असलेली सुवर्णकांती. समर्थांच्या दृष्टीला दृष्टी ठरत नव्हती. ते तेज आगळं वाटलं, मासाहेब, तुकाराम महाराज गेले, तेव्हा पोरकेपण वाटलं होतं. समर्थ-दर्शनानं ते नाहीसं झालं.''

''त्यांचे आशीर्वाद मोलाचे आहेत; पण, राजे, तुमचंही लक्ष त्यांच्याकडे असायला हवं.''

''ते आम्ही कसं विसरू? समर्थ आम्हांला काही बोलले नाहीत. पण त्यांच्या कार्याची माहिती मिळवीत असता त्यांनी चाफळच्या मठात रामजन्म-महोत्सव सुरू केल्याचं कळलं. ते कळताच खजिन्यातून चाफळच्या उत्सवासाठी प्रतिवर्षी दोनशे होन देण्याची तजवीज आम्ही केली आहे.''

''पण हा विजापूरचा सरदार कोण?''

''त्याची चिंता नसावी. आमचे नजरबाज विजापूरच्या मुलुखात आहेत. ते सारी बातमी पुरवतील. मासाहेब, हे आमचं राज्य नाही. हे श्रींचं राज्य आहे. त्या उभारणीसाठी तुकाराम, रामदास या संतश्रेष्ठींचे आशीर्वाद पाठीशी असता भीती कसली? मासाहेब, आपण निश्चिंत मनानं विश्रांती घ्या.''

जिजाबाईंना महाली पोहोचवून राजे सरळ सईबाईंच्या महाली गेले. पट गुंडाळून ठेवलेला पाहताच ते म्हणाले,

''पट गुंडाळून ठेवला?''

सईबाई हसून म्हणाल्या.

"एका जागी बसून सोंगट्या अवघडल्या. आपल्याला वेळ होईल, असं वाटलं, म्हणून."

"ठीक. पण लक्षात ठेवा. यात आम्ही दोषी नाही. राणीसाहेब, आपणच डाव अर्ध्यावरून सोडलात, ते विसरू नका."

"तो हक्कच आहे माझा." सईबाई म्हणाल्या.

"रात्र झाली. आपण विश्रांती घ्या. आम्ही येतो." एवढे बोलून राजे आपल्या महालाकडे गेले.

त्या रात्री राजांना झोप आली नाही. भावी संकटांचा विचार करीत राजे रात्र जागवीत होते.

◆

उन्हाळ्याचे दिवस संपले. उगवतीचा वारा थंडावला. मावळतीचे वारे सुरू झाले. मावळतीकडून काळ्या ढगांच्या छपऱ्या आकाशातून फिरू लागल्या. साऱ्या गावांतून घरांना कुडाच्या झडी लावण्याची गडबड उडाली. पश्चिमेकडून येणाऱ्या वाऱ्याबरोबर काळ्या ढगांच्या लाटा हळूहळू पूर्वेकडे सरकू लागल्या. आकाश कुंदावले आणि मृगाचा पाऊस सुरू झाला.

रोहिणीचा पेरा उगवला.

उन्हाच्या तावाने करपलेल्या डोंगरावर हिरवी लव चढली.

सदरेवर राजे बाहेर कोसळणाऱ्या पावसाकडे पाहत होते. फिरंगोजी राजांकडे पाहत होते. फिरंगोजींच्याकडे लक्ष वळताच फिरंगोजी म्हणाले,

"राजे! आवंदा पाऊस वेळेवर सुरू झाला, बगा."

मोरोपंतांनी त्यांना साथ दिली.

"एकदा पेरा उगवला की, निम्मं पीक हाती आलं."

"नाही, मोरोपंत." राजे म्हणाले, "पेरा अद्याप उगवला नाही. मग पुढच्या पिकाचा भरवसा कुठला?"

सारे त्या उद्‌गाराने अचंबले. मोरोपंतांनी धीर करून विचारलं,

"राजे! कळलं नाही."

"आम्हांला "तरी कुठं कळतं!" राजे उद्‌गारले. "मोरोपंत, चालू वर्षी छावण्यांना मुभा नाही. सर्वांना ताकीद द्या. छावणी सोडून कोणीही जायचं नाही. जेव्हा हुक्म होईल, तेव्हा चाकरीवर हजर राहा. नपेक्षा गय केली जाणार नाही."

सारे त्या आज्ञेने चकित झाले. पावसाळा आला की सर्वांना मुभा असे. सारे फौजेतले लोक आपापल्या घरी जात. शेती करीत आणि

सुगी झाल्यावर चाकरीला रुजू होत. पावसाळ्यात मोहीम नसे.

"पण, राजे! सारे नाराज होतील." मोरोपंत म्हणाले.

"कोणी होणार नाही! मोरोपंत, कोणतं मोल दिलं, म्हणून ते आपल्या सेवेला आले? या वर्षी आपल्या आया-बहिणी पीक उभारतील. त्यांना सर्व मदत आपण देऊ. पण आमची फौज कोणत्याही क्षणी गाफील राहता उपयोगी नाही."

राजांच्या मुद्रेकडे पाहून कोणालाही काही बोलण्याचा धीर झाला नाही.

राजे काही अधिक न बोलता आत निघून गेले.

राजांच्या उद्गारांनी साऱ्यांच्या मुद्रा चिंताक्रांत बनल्या होत्या.

पावसाच्या वाढत्या झडीबरोबर शिवापूरला विजापूरच्या बातम्या येऊन थडकू लागल्या.

एके दिवशी विश्वासराव शिवापट्टणला आले. विश्वासरावांचं मूळ नाव दगडोजी. जात बेरड, तीक्ष्ण नजरेचे, सावध पावलांचे दगडोजी राजांनी आपल्या नजरबाजांत घेतले. पुरंदरच्या लढ्यातील त्याची कामगिरी ओळखून त्यांना विश्वासराव बनवलं. राजांच्या विश्वासाला पात्र झालेले विश्वासराव बहिर्जीबरोबरच नजरबाज खात्याचे हुद्देकरी बनले.

विश्वासराव आल्याचे कळताच राजांनी त्यांना आपल्या महाली बोलावून घेतलं. जिजाबाई, आबाजी सोनदेव, मोरोपंत पिंगळे, माणकोजी दहातोंडे, फिरंगोजी नरसाळा महालात हजर झाले. राजांनी विचारलं,

"बोला, विश्वासराव!"

"राजे! खबर चांगली न्हाई."

"सांगा."

"विजापूरचा खास सरदार स्वारीसाठी बाहेर पडला आहे."

"कोण?" जिजाबाईंनी विचारलं.

"अफझलखान!" विश्वासरावांनी सांगितलं.

निरभ्र आकाशातून वीज कोसळावी, तसा त्या नावाचा प्रभाव होता. जिजाबाईंचा हात गळ्याशी गेला. सारी काया बसल्या जागी थरथरू लागली. भोसले घराण्याचा अफझलशी जेवढा संबंध होता, तेवढा कुणाचाही नव्हता.

"अफझलखान!" जिजाबाई उद्गारल्या.

जिजाऊंचे दोन पुत्र. एक शिवाजी राजांचे थोरले बंधू संभाजी राजे आणि दुसरे शिवाजी राजे. कनकगिरीच्या लढाईत याच अफझलच्या दग्यामुळे संभाजी राजांचा मृत्यू झाला होता. जिजाबाईंचा एक डोळा कायमचा जायबंदी झाला होता. हाच अफझलखान– की ज्याने फर्जंद शहाजीराजांना कैद करून, विजापुरातून त्यांची धिंड काढली होती. तोच अफझल आता राजांवर चालून येत होता.

"बोला, विश्वासराव!" राजे शांतपणे म्हणाले.

क्षणभर तटस्थ झालेली राजसभा राजांच्या बोलांनी सावध झाली. विश्वासराव सांगत होते,

"दहा हजारांचं घोडदळ, तेवढीच फौज घेऊन खान निघाला आहे. त्याच्या बरोबर शंभर हत्ती, शेकडो उंट आणि काबाडीचे शेकडो बैल आहेत."

विश्वासराव थांबलेले पाहताच राजांनी विचारलं,

"आणि काय, विश्वासराव?"

"त्याखेरीज शंभर मोठ्या तोफा आणि त्याच्या दामदुपटीनं हलक्या तोफा खानानं बाळगल्या आहेत. बरोबर कुऱ्हाडे, बेलदार यांचीही संख्या मोठी आहे."

"कुऱ्हाडे, बेलदार!" राजे उद्गारले.

"त्याचाही सुगावा लागला आहे. आपण साताऱ्याला असाल, या कल्पनेनं प्रथम खानानं पंढरपूर-पुण्याचा मार्ग धरला; पण आपण प्रतापगडी गेल्याची खबर लागल्यानं त्यानं तो मार्ग बदलून, दहीवडी, शंभोमहादेव, मलवडी, वाई हा मार्ग पत्करला. त्या वाटेनं तो येत आहे."

राजे शांतपणे सारं ऐकत होते. चेहऱ्यावर यत्किंचितही चलबिचल दिसत नव्हती. त्यांनी विचारलं,

"खानाबरोबर कोण आहे?"

"खानाबरोबर अनेक मातब्बर सरदार आहेत. प्रतापराव मोरे हेही त्यांच्याबरोबर आहेत."

"व्वा! खानानं खासा बेत जमवलेला दिसतो."

"कसला बेत, राजे!" जिजाबाईंनी विचारलं.

"मासाहेब, प्रतापराव मोरे म्हणजे मोरे घराण्याचे वंशज. आमचं पारिपत्य झाल्यानंतर खानानं त्याला जावळी द्यायचं कबूल केलं असेल. वतनासाठी लालचावलेले जीव."

"खान वाईला येणार?"

"निश्चितपणे! त्याच्याइतकी सुरक्षित जागा कुठली! मासाहेब, हा खान दोन तपं वाईचा सुभेदार होता. त्याला या मुलखाची खडान् खडा माहिती आहे. खान मुत्सद्दी आहे. धोरणी आहे."

विश्वासराव सांगत होते,

"चढे घोड्यानिशी शिवाजीला पकडून आणतो, म्हणून पैजेचा विडा उचललाय त्यानं."

वयोवृद्ध फिरंगोजी नरसाळाच्या मिशा थरथरल्या. ते संतापाने म्हणाले,

"वाट बघा, म्हनावं! शिवाजी सोडाच, म्हनावं. त्यांच्या घोड्याचा नाल गावनार न्हाई."

"बसल्या जागी संतापून संकट टळत नसतं, फिरंगोजी. खानाचं संकट एवढं सोपं नाही."

"तो फत्तेखान गेला, तसाच हा माघारी घालवू." मोरोपंत म्हणाले.

"तेवढं सोपं नाही. दुसरा कोणी सरदार असता, तर आम्ही तेच म्हणालो असतो. पण अफझल! या अफझलनं यापूर्वी आमच्या मनावर दोन घाव घातले आहेत. ती जखम कधीही भरून निघणार नाही."

"कसले घाव?" मोरोपंतांनी विचारलं.

"आमचे दादासाहेब याच्याच दग्यामुळं हरवले." राजांच्या मुठी वळल्या गेल्या. "आमचे प्रतापी आबासाहेब फर्जंद शहाजीराजे भोसले यांना याच दगाबाजानं मुस्तफाखान आणि घोरपडे यांच्याशी संगनमत करून दग्यानं कैद करवलं आणि या अफझलखानानं आबासाहेबांच्या हाती-पायी बेड्या चढवून विजापूरच्या रस्त्यानं चालवलं."

"त्याची फळं भोगायलाच आपल्या पावलांनी येत असेल त्यो!" माणकोजी म्हणाले.

"माणकोजी, अफझल एवढा साधा नाही. आमची त्याच्यावर नजर आहे. तो निष्णात सेनापती आहे. त्याच्याच पराक्रमावर आदिलशाहीनं कर्नाटकात हिंदू राज्यं मोडली. तो मोहिमेत अत्यंत सावध, कपटनीतीत

अत्यंत तरबेज असा सेनानी आहे. खाशा औरंगजेबाच्या मोहिमेत आदिलशाही सेनापतींनी औरंगजेबास वाट दाखवली, म्हणून त्या मुसलमान मुख्य वजिरास अफझलखानानं भेटीस बोलावून दग्यानं मारलं. याच अफझलखानानं विजापूर दरबाराचा एक सरदार सिरे येथील नाईक याचा पराभव केला आणि तो तहासाठी आला असता त्याला मारलं.''

''काय सांगता!'' जिजाऊंनी विचारलं.

''मासाहेब! हा अफझल एवढा साधा नाही. इथंच त्याची चरित्रगाथा संपत नाही. नाईक कस्तूरीजंग याच अफझलला शरण आला. त्यानं जीवदान मागितलं. कुराणावर हात ठेवून याच अफझलनं शपथ घेऊन त्याला समक्ष भेटीस बोलावलं आणि भेटीला आलेला असता त्याला कपटानं ठार मारलं.''

''आणि तरी तुम्ही निष्काळजी आहात?''

राजे हसले. ते म्हणाले,

''आम्ही निष्काळजी नाही. आम्ही त्याचं कौतुक करतो, असंही नाही. मासाहेब, आलेलं संकट आम्ही पारखून घेतो.'' विश्वासरावांकडे वळून त्यांनी विचारलं, ''विश्वासराव, बहिर्जी कुठं आहेत?''

''बहिर्जी खानावर नजर ठेवून आहेत.'' विश्वासरावांनी उत्तर दिलं.

''आपले सारे नजरबाज त्या मुलखात सोडा. खानाच्या प्रत्येक पावलाची बातमी आम्हांला मिळायला हवी. समजलं?''

''जी!''

''आपले नजरबाज प्रत्येक जागी पेरा. फकीर, संन्यासी, नाना वेशांत ही माणसं हिंडू देत. खान येताना माणूसबळ वाढवत येईल. त्यातही आपली माणसं घाला. खानाची शिंकदेखील आम्हांला कळायला हवी. जा.''

विश्वासराव मुजरा करून निघून गेले. राजांची नजर मोरोपंतांवर खिळली.

''मोरोपंत! नेताजी, तानाजी, बाजीप्रभू, मुरारबाजी, येसाजी या सर्वांना तातडीनं बोलावून घ्या.''

''खान एवढ्या लवकर येईल?'' जिजाऊंनी विचारलं.

''खान निघाला, म्हणजे केव्हा ना केव्हा येणारच! तो थोडाच राहणार? पावसाळा येण्याआधी, घर भिजू नये, म्हणून झडी बांधून

घेतात. त्या खानाची झड येण्याआधीच आपले गड सुरक्षित करून घ्यायला हवेत!''

राजांनी आपला मुक्काम राजगडावर हलवला. राजगडाच्या बालेकिल्ल्यातील वर्दळ वाढली. खलबतखान्यात खलबते शिजत होती. अखंड कोसळणाऱ्या पावसाची तमा न बाळगता राजगडाच्या वाटेने घोडी दौडत होती.

गडावरून नवे हुकूम सुटत होते.

◆

पावसाने उघडीप दिलेली पाहून, राजगडाच्या संजीवनी माचीवर तोफा चढवण्याचे काम सुरू झाले होते. माची अरुंद. पावसामुळे चिखल झालेला. त्यामुळे तोफांचे गाडे कष्टाने पुढे सरकत होते. एक मध्यम तोफ माचीवर नेत असता तोफेच्या गाड्याचे चाक चिखलात फसले. तोफ कलली. जागा अरुंद असल्याने तिथवर जनावरे नेणेही कठीण.

राजांना तोफ अडकल्याचं कळलं. राजे जातीनिशी माचीवर आले. माणसे गाड्यांना झोंबली होती. बळ खर्चलं जात होतं; पण गाडा तसूभरही हलत नव्हता. राजांच्या बरोबर बाजीप्रभू, तानाजी, संभाजी कावजी, पानसंबळ दृश्य पाहत होते. काय करावं, हे ध्यानी येत नव्हतं.

राजे म्हणाले,

"पानसंबळ, आम्ही आमचा एक माणूस हत्तीमोलाचा समजत होतो. पण चिखलात रुतलेला गाडा एवढ्या माणसांना हलवता येत नाही. कोरड्या धरीवरच माणसाचं बळ, चिखलात रुतला, की काढणं कठीण."

राजांच्या बोलांनी धिप्पाड देहाचा संभाजी कावजी अस्तन्या आखडत पुढे झाला. गाडा रुतलेल्या सारणीत दाटीवाटीने उतरला. गाड्याभोवतीची दमलेली माणसं बाजूला झाली. साऱ्यांची दृष्टी संभाजीवर खिळली. येसाजीनं विचारलं,

"एकटा गाडा उचलनार काय?"

"बघा तर खरं!" संभाजी म्हणाला, "चाक उचललं, की गाडा रेटा."

दोन्ही हातांवर थुंकून संभाजीनं दीर्घ श्वास घेतला. छाती रुंदावली आणि त्याने रुतलेल्या चाकाला हात घातला. दंडांचे गोळे तटतटले. नरड्याची शीरन्‌शीर इंगळीसारखी फुगली. गाडा करकरला आणि हळूहळू गाड्याचं चाक उचललं जाऊ लागलं. चाक उचललं गेलेलं पाहताच साऱ्यांना हुरूप आला. 'हरहर महादेव' गर्जना करून गाडा एक-बळानं रेटला गेला. गाडा सारणीतून बाहेर आला.

संभाजी राजांच्याजवळ आला. राजे कौतुकानं म्हणाले,

"संभाजी, आजवर आम्ही तुझा धिप्पाड देहच पाहत होतो. आज तुझं बळ पाहायला मिळालं."

"राजे, ह्याला कोनबी जेवायला बलवत न्हाई. अर्धं बकरं जाग्याला बसवतो. बळकट घोडं सहज उचलंल, अशी ताकद हाय."

"तानाजी! कुठं तरी दृष्ट लावशील त्याला."

"डोळ्यांत मावला, तर लागंल न्हवं!" तानाजी म्हणाला.

सारे हसले.

निघालेली तोफ माचीवर नीट जागी लावून, सारे गडावर परतले.

गडाची सर्व व्यवस्था नीट लावून, राजे शिवापट्टणास आले आणि एके दिवशी बहिर्जी नाईक शिवापुरास हजर झाले.

"नाईक, आम्ही तुमचीच वाट पाहत होतो."

"राजे, यायला जमलं नाही. पल्ला दूर."

"आम्हांला माहीत आहे. तुम्ही आला नाही, तरी तुम्ही पाठविलेल्या बातम्या आम्हांला मिळत होत्या. बोला, बहिर्जी..."

बहिर्जींनी सदरेवरची माणसे पाहिली. सारी आपली आणि खास गोटातली माणसे आहेत, हे पाहून तो म्हणाला,

"राजे, खानानं वाट बदलली. तो प्रचंड फौज घेऊन तुळजापूर, पंढरपूर वाटेनं वाईकडे येतो आहे."

"ते आम्हांला कळलं." राजे म्हणाले.

बोलता-बोलता बहिर्जीने वाकून मुजरा केला.

साऱ्यांची दृष्टी तिकडे वळली.

जिजाबाई सदरेवर येत होत्या.

सारे उठून उभे राहिले.

जिजाबाईंनी विचारलं,

"काय बातमी आणलीस, बाबा!"

राजे म्हणाले,

"खान पंढरपूर, तुळजापूर मार्गे येतो आहे."

"त्याला बी देवाची आठवण झाली." फिरंगोजीनं विचारलं.

"उगीच नाही झाली." बहिर्जी म्हणाला, "खानानं तुळजापूर लुटलं. गाव बेचिराख करून तो देवळात गेला. भवानी फोडण्याचा निश्चय त्यानं जाहीर केला."

"बहिर्जी!" जिजाबाई गळ्याशी हात ठेवून उद्‌गारल्या.

"जी, मासाहेब! खानाच्या हिंदू सरदारांनी खानाला मिन्नत केली. पण खानानं काही ऐकलं नाही. तो गर्जला, 'हाच ना तो काफराचा देव? त्या शिवाजीचा हाच ना देव!' म्हणून खान देवीकडे पाहत मोठ्यानं हसला. साऱ्या गाभाऱ्यात तो आवाज घुमला. खानाने हातोड्याचा हात उचलला आणि तो म्हणाला, 'ऐ बुते काफरान! बताव तेरी करामत! बताव तेरी अजमत!' खानाने देवीवर घाव घातला. भवानी कलली. भंगली, फुटली."

जिजाबाईंच्या डोळ्यांतून खळ्कन अश्रू ठिबकले.

राजांच्या अंगावर काटा उभा राहिला. पाहता-पाहता डोळे आरक्त बनले.

राजांचा संयमी आवाज उमटला,

"आमच्या दैवतांसाठी आमचे लोक मिन्नत करतात! डोळ्यांदेखत भंगलेली मूर्ती बघतात. दैवतांची विटंबना पाहून एकही जीव त्वेषानं उफाळत नाही. याच निर्लज्ज कोडगेपणामुळे यवन बळावले. मातले."

"खानानं पंढरपूरलाही उपद्रव दिला." बहिर्जीने सांगितले.

"ते ओघानं आलंच. खान दुष्ट असेल. स्वधर्माचा त्याला अभिमान असेल. पण तो हे कृत्य करणारा नव्हे."

"पण त्यानं हे केलं ना?" जिजाबाईंनी त्वेषानं विचारलं.

"हो! हा खान सोळा वर्षं जावळीचा सुभेदार होता. त्या सोळा वर्षांत त्यानं कधीही हिंदू देवतांना धक्का लावलेला नाही. आज तो हे का करतो आहे, त्याचं कारण एकच आहे. ज्या दैवतांच्या निष्ठेवर, श्रद्धेवर माणसं जगतात, स्वाभिमानानं उभी राहतात, त्या निष्ठांना धक्का देण्यासाठीच खानानं हे कृत्य केलं."

“पापाचे धडे पूर्ण भरूनच खान येणार, असं दिसतं!” जिजाऊ म्हणाल्या.

“हो! त्याच्या पापाची आणि आमच्या निष्ठेची परीक्षा एकाच वेळी होणार, असं दिसतं. पण खानानं सलोख्याचा प्रस्ताव मांडला, तर...”

“सलुखा!” माणकोजीनं विचारलं. “ज्यानं आमच्या दैवतांना हात घातला, त्याच्यासंगं सलुखा करायचा? जगायचं झालं, तर मानानं जगावं!”

“व्वा! माणकोजी!” राजे म्हणाले. “आम्ही जगू, ते मानानं, निष्ठेनं. त्यात शंका बाळगू नका. बहिर्जी, खानावरचं लक्ष ढळू देऊ नका.”

बहिर्जीच्या बातमीने थकलेल्या जिजाबाई राजांच्या आधारानं सदरेवरून निघून गेल्या.

राजांना उसंत नव्हती. भर पावसाची तमा न बाळगता राजे जावळी मुलखात फिरत होते. प्रतापगड, राजगड, कोंढाणा, तोरणा दारूगोळ्यांनी मजबूत केले जात होते.

राजगडला छावण्या गोळा होत होत्या.

◆

संकटे यायला लागली, तर कधी एकटी येत नसतात. पावसाच्या कोसळणाऱ्या सरींबरोबर खानाच्या अत्याचारांच्या बातम्या शिवापूरला येऊन थडकत होत्या. सायंकाळच्या वेळी एक मेणा शिवापूरच्या वाड्यासमोर उभा राहिला. राजांच्या थोरल्या कन्या सखूबाई दासीसह मेण्यातून उतरल्या. मेण्याचे भोई आणि बरोबरचे अश्वपथक अदबीने थोड्या अंतरावर उभे होते.

सखूबाई आल्याचे कळताच शिवाजीराजे आनंदाने वाड्याच्या दाराशी आले. नजीक येणाऱ्या सखूबाईंना राजे निरखीत होते. सखूबाईंनी वंदन करताच राजांनी आशीर्वाद पुटपुटून, सखूबाईंच्या मस्तकावर प्रेमाने हात ठेवला.

"सखू, बरी आहेस ना?"

"जी!" पण सखूबाईंच्या चेहऱ्यावर नेहमीचं हास्य नव्हतं.

सखूबाईंचा जन्म लालमहाली झाला. राजांच्या अंगाखांद्यांवर त्या वाढल्या. सक्तीने मुसलमान केलेल्या बजाजी नाईक-निंबाळकरांना परत धर्मात घेतल्यानंतर बजाजीचा मुलगा महादजी याची सोयरीक कोठे जमेनाशी झाली. तेव्हा राजांनी महादजीला सखूबाई दिली. सईबाईंच्या आजाराची बातमी ऐकून चिंतातुर झालेली मुलगी आलेली असावी, असे राजांना वाटले.

दाराशी आलेल्या दासींनी सखूबाईंच्या पायांवर पाणी घातलं आणि सखूबाईंनी वाड्यात प्रवेश केला.

सखूबाईंच्या बरोबर त्यांचे चुलत सासरे सूर्याजी निंबाळकर आले होते. त्यांना घेऊन राजे सदरेवर गेले.

सूर्याजीनं विचारलं,

"राणीसाहेबांची तब्येत आता बरी आहे ना?"

"हो!" राजे म्हणाले, "प्रवास बरा झाला ना?"

"तिकडे पाऊस नाही. इथंच थोडा पावसाचा त्रास झाला."

"आमच्या पारिपत्यासाठी अफझल निघाला आहे. बजाजींना त्याला मिळावं लागलं असेल."

"जी!" सूर्याजी म्हणाले.

त्याच वेळी राजांना आतून बोलावणे आले.

सईबाईंच्या महाली जाताच आतील दृश्य पाहून राजे जागच्या जागी खिळून उभे राहिले.

पलंगावर सईबाई अश्रुपूर्ण नजरेने बसल्या होत्या. शेजारी जिजाबाई सखूबाईंना मिठीत घेऊन उभ्या होत्या.

अनेक अशुभ शंका त्या दृश्याबरोबर राजांच्या मनात उभ्या राहिल्या. भयकंपित होऊन राजांनी विचारलं,

"काय झालं?"

जिजाबाई म्हणाल्या,

"राजे, बजाजींना खानानं पकडलं आहे."

"कैद! कशासाठी?"

"ते तुमचे मेव्हणे आहेत. तेवढं पुरेसं नाही का? खानानं नुसती कैदच केलेली नाही. त्यांच्या गळ्यात साखळदंड बांधला आहे. त्यांना परत सक्तीनं मुसलमान करण्याचा घाट घातला आहे. आणि बजाजीनं ते मानलं नाही, तर गळ्यात साखळदंड बांधून हत्तीच्या पायी देण्याचा निश्चय केला आहे."

त्या वार्तेने राजे सुन्न झाले. एकच उद्गार त्यांच्या मुखातून बाहेर पडला,

"सखू!"

त्या हाकेबरोबर जिजाबाईंच्या मिठीतून सखू राजांकडे धावली. राजांच्या मिठीत ती मुसमुसून रडत होती. राजांचा धीराचा हात तिच्या पाठीवरून फिरत होता. तरी राजांच्या मुखातून शब्द फुटत नव्हता.

काही क्षण तसेच गेले.

राजांनी कष्टानं आपलं मन आवरलं. निर्धारानं ते म्हणाले,

"सखू, आम्ही असता डोळ्यांत पाणी आणू नको. मुलीचं दुःख

निवारण करण्याची शक्ती बापाला असायलाच पाहिजे. मासाहेब, तुम्ही राणीसाहेबांना, चिंता करू नका, म्हणून सांगा. आम्ही बजाजींना धक्का लागू देणार नाही.''

''तेच मी तिला सांगते.'' जिजाबाई म्हणाल्या.

पलंगावर बसलेल्या सईबाईंची मान त्वेषाने उंचावली गेली. गालांवर ओघळलेले अश्रू न टिपता त्या म्हणाल्या,

''मी काय सांगू कुणाला? त्यांच्यासाठी का थोडं केलं? ते मुसलमान झाले, तेव्हा माझ्यासाठी त्यांना तुम्ही परत धर्मात घेतलंत. माझं माहेर उजवेनासं झालं, तेव्हा पोटची पोर देऊन घर उजवलंत. घर भरलंत. पण एवढं करून त्यांचे डोळे उघडले नाहीत. आदिलशाहीची चाकरी सुटली नाही. त्याचीच फळं भोगताहेत ते. ते बघण्यापेक्षा डोळे मिटले असते, तर बरं झालं असतं.''

''आपल्या माणसासाठी केलं, त्यात उपकार कसले? आपली प्रकृती बरी नाही. त्रागा करून संकटं सुटत नसतात. आम्ही यातून जरूर मार्ग काढू, यावर विश्वास ठेवा.'' सखूकडे वळून राजांनी विचारलं, ''सखू, महादजी कोठे आहेत?''

''फलटण न सोडण्याचा हुकूम खानानं केला आहे. नाही तर वतन जप्त होईल, असं खानानं सांगितलं आहे.''

राजे खिन्नपणे हसले.

''बरोबर आहे. वतनापेक्षा का धर्म, अब्रू मोठी! आम्ही आलो.''

राजे वळले.

राजांनी मोरोपंत आणि सूर्याजी निंबाळकरांना आपल्या महाली बोलावून घेतलं. राजांनी सूर्याजीला विचारलं,

''सूर्याजी, खानाबरोबर आपले कोण सरदार आहेत?''

''घोरपडे, खराटे, यादव, घाटगे, पांढरे, मोहिते...''

सूर्याजीला थांबवत राजांनी विचारलं,

''पांढरे! नाईकजी राजे पांढरे?''

''जी!''

नाईकजी पांढरे म्हणजे मातब्बर सरदार. पांढरे राजांचं वजन विजापूर दरबारी भरपूर होतं. बजाजी नाईक-निंबाळकरांचे ते स्नेही. अनेक वेळा ते बजाजींच्या बरोबर राजांना भेटले होते. राजांनी

त्यांचा आधार घ्यायचं ठरवलं.

"सूर्याजी, आम्ही एक जोखमीचं पत्र दिलं, तर पांढरे राजांच्या हाती सुपूर्द करू शकाल?"

"त्याबद्दल शंका नसावी, राजे!"

राजांनी पांढरे नाइकांना पत्र लिहिले. कोणत्याही मार्गाने बजाजी नाईक-निंबाळकरांची सुटका करण्यासाठी विनविले. नाईकजी पांढरे कोणत्याही मार्गाने बजाजी नाईक-निंबाळकरांची सुटका करतील, हा विश्वास राजांना वाटत होता.

रात्री राजांनी जिजाबाईंना, सखूबाई परत जाणार, हे सांगताच जिजाबाईंना आश्चर्य वाटले. त्या म्हणाल्या,

"नुकतीच आलेय. थोडे दिवस राहू दे. तिच्या आईला बरं वाटलं, की ती जाईल."

"मासाहेब, विवाह झाला की मुलीला माहेर नसतं. स्वत:च्या घरावर संकट अवतरलं असता, घरच्या सुनांनी बाहेर राहून कसं चालेल?"

दुसऱ्या दिवशी भल्या पहाटे सूर्याजींना पत्र देऊन भर पावसातून सखूबाईंची रवानगी करीत असता, मनात जळणारे अश्रू राजांच्या नेत्रांत दिसले नाहीत.

शिवापूरला चिंतेचं वातावरण असता काही दिवसांनी एक समाधानाची बातमी आली.

राजांनी पांढरे नाइकांना लिहिलेले पत्र सार्थकी लागले होते. खानाला साठ हजार होन भरून बजाजीची सुटका केली होती.

खान वाईच्या रोखाने निघाला होता...

◆

एके दिवशी दोन प्रहरच्या वेळी राजे विश्रांती घेत असता, कान्होजी जेधे आपल्या पाच मुलांसह आल्याचं समजलं. राजे ज्यांची वाट पाहत होते, त्या सरदारांत कान्होजी जेधे होते. कान्होजी वयानं, मानानं मोठे रोहिडेखोऱ्याची देशमुखी कान्होजींच्या हाती होती.

कान्होजी जेधे शहाजीराजांच्या विश्वासातले. राजे त्यांना त्याच मानानं वागवत.

जेधे आल्याचं कळताच राजे तत्परतेने खाशा सदरेवर गेले. जिजाबाईंना बोलावून घेतलं.

आपल्या पाचही पुत्रांसह जेधे आले. जिजाबाईंना, राजांना मुजरे केले.

श्रावणातली पावसाची सर नुकतीच येऊन गेली होती. ती आठवून राजांनी विचारलं,

"कान्होजी काका, पावसात भिजला नाही ना?"

"राजे!" जेधे म्हणाले, "पोशाख भिजला, तर बदलता येईल; पण मन भिजलं, तर कसं बदलायचं?"

"मन भिजायला काय झालं?"

जेध्यांनी हातातलं बादशाही फर्मान राजांच्या समोर टाकलं आणि ते म्हणाले,

"राजे! एकटा असतो, तर हे फर्मान असंच फेकलं असतं. पण या पोरांच्यासाठी ते घेऊन तुमच्याकडं आलो."

राजांनी मोरोपंतांना बोलावले. मोरोपंत येताच फर्मानाकडे बोट दाखवीत राजे म्हणाले,

"पंत! फर्मान वाचा."

पंत वाचू लागले,

सुलतान महंमद पादशहानंतर, ईश्वराच्या कृपेने अली आदिलशहा पातशहा यांनी चंद्रसूर्यावर सहीशिक्का मोर्तब केला आहे...

मशहुशल अनाम कान्होजी जेधे देशमुख यांस हा फर्मान सादर केला जातो जे. सूहुर सन तिसा खमसैन्य व अल्फ...

शिवाजीने अविचाराने व अज्ञानाने निजामशाही कोकणातील मुसलमानांना त्रास देऊन, लूट करून पातशाही मुलखातील कित्येक किल्ले हस्तगत केले आहेत. यास्तव त्याच्या पारिपत्यासाठी अफझलखान महंमदशाही यास तिकडील सुभेदारी देऊन नामजाद केले आहे. तरी तुम्ही खानमजकुराचे रजामंदीत व हुकमात राहून शिवाजीचा पराभव करून निर्मूळ फडशा करावा. शिवाजीच्या पदरच्या लोकांस आश्रय न देता त्यांस ठार मारावे व या आदिलशाही दौलतीचे कल्याण चिंतावे. अफझलखान यांची शिफारस होईल, त्याप्रमाणे तुमची सर्फराजी केली जाईल. त्यांचे हुकमाप्रमाणे वागावे. तसे न केल्यास परिणाम चांगला होणार नाही. हे जाणोन या सरकारी हुकमाप्रमाणे वागावे.

फर्मान वाचून संपले. त्या फर्मानाच्या आशयानं सारे स्तब्ध बनले. कोणाला काय बोलावे, हे सुचत नव्हते.

राजांनीच त्या शांततेचा भंग केला. ते हसून म्हणाले,

"कान्होजी, फर्मान सुरेख आहे. फर्मानाकडे लक्ष द्या. एवढ्या सुंदर तर्जुम्याचं फर्मान पाह्यला मिळणं कठीण."

"राजे! जिवाला तात लागली आणि फर्मानाचं कसलं कौतुक करता?"

"कान्होजी, नुसते फर्मान आणलं नाहीत. त्या फर्मानाचा अंमल करायला आदिलशहा समर्थ आहे."

"राजे, आम्ही काय करावं?"

"तुमच्या हाती ठेवलंय काय? उलट, आम्हांला आश्चर्य वाटतं. असं फर्मान आल्यावर बादशाही हुकमाप्रमाणे आमचा फडशा पाडण्यासाठी

आमच्यावर चाल करून येण्याचं सोडून फर्मान आम्हांला दाखवण्यासाठी कशाला आलात?''

"राजे, म्हाताऱ्याची थट्टा करता?''

"नाही! कान्होजी काका, खानापुढं आमचा निभाव लागणार नाही, हे सूर्यप्रकाशाइतकं स्पष्ट आहे. दहा हजारांचं घोडदळ, तेवढंच सैन्यबळ घेऊन खान आमच्या पारिपत्यासाठी येतो आहे. संकटकाळी ज्या दैवतांच्या आशीर्वादाखाली निर्भय बनावं, त्याच तुळजापूर भवानीला खानानं फोडलं. अशा वेळी आम्ही आमचा भरवसा काय देणार?''

"म्हणून आम्ही खानाला मिळावं?''

"जीव वाचवायला त्याखेरीज दुसरा मार्ग काय आहे? तुम्ही आमच्या भरवशाचे, म्हणून का तुम्हांला खाईत उडी घ्यायला सांगायची? जीव वाचवणं गुन्हा ठरत नाही.''

"काय बोलता, राजे!''

"ते तुम्हीच करता, असं नाही. तुमचे शेजारी खंडोजी खोपडे, देशमुख, उत्रवळीकर कुठं आहेत? मसूरचे सुलतानजी जगदाळे देशमुख कुठं आहेत?''

त्या प्रश्नांनी जेधे चकित झाले. राजे म्हणाले,

"आम्ही इथं असलो, तरी आम्हांला साऱ्या बातम्या कळतात. तुम्हांला आली, अशीच फर्मानं त्यांना गेली आणि आमचा सल्ला न घेता जिवाच्या भीतीनं ते खानाकडे दाखल झालेही. आज आमचे दोन्ही देशमुख खानाच्या तळावर आहेत. त्यांचं आम्ही काही करू शकत नाही. पण ते मात्र आमचं काय करतील, हे कोण सांगणार?''

"त्यांनी शेण खाल्लं, म्हणून आम्ही खायचं? निदान देवा-धर्माची, दिल्या वचनाची तरी जाण बाळगावी.''

"कुठला देव-धर्म!'' राजे संतापानं म्हणाले, "कान्होजी, आमच्या कुलदैवतावर श्रीभवानीवर त्या मदान्धाने प्रहार केले; पंढरपूरच्या विठ्ठलाला उपद्रव दिला. त्या खानाचे हात शाबूत कुणी राखले? घोरपडे, पांढरे, यादव, घाटगे, काटे, देवकाते, मोरे यांनीच ना? ही वतनदार खानदानी माणसं! त्यांच्या निष्ठा वतनाशी. यांची माजोरी गरिबाशी. सत्तेला लाचार, धर्माला पारखे झालेल्यांना आम्ही काय म्हणणार?''

"राजे, ते आम्हांला सांगू नका. आम्ही काय करावं, तेवढंच सांगा.''

"ते आम्ही कोण सांगणार? आमच्या वेडेपणाची कास तुम्ही धरू नका. तुम्ही इतरांसारखे खानाला मिळा. त्यातच तुमचं कल्याण आहे.''

राजे बोलत होते. पण त्या शब्दांनी जेध्यांचं मन पोखरत होतं. कान्होजी जेधे थरथरत म्हणाले,

"राजे, ही जेध्यांची अवलाद आहे. ती कधी दिल्या वचनाला बट्टा लावणार नाही. थोरल्या महाराजांची सेवा केली, ती का फुकट? थोरल्या महाराजांनी बंगळूर सोडताना सांगितलं. तुम्हांला अंतर देऊ नये, म्हणून बजावलं. राजे, बेलरोटीची शपथ घेतलीय मी.''

राजे हसले, ते म्हणाले,

"कान्होजीकाका, आमच्या राज्याला वतनदारीचं पाठबळ नाही. बारा मावळांतले अठरा पगड जातीचे मावळे एक करून आम्ही संकल्प सोडला आहे. आम्ही सारे पोरवयाचे. तुम्ही जाणते. बहुत पाहिलेले. आमच्या पोरखेळात सामील होऊन कुठं तरी खस्त खाऊन जाल.''

"मराठ्याला केव्हापासून जिवाची भीती वाटू लागली? जवा फर्मान आलं, तवाच पोरांस्नी म्हनालो. चला, पोरांनू! राजा दील, ती कामगिरी घेऊन घरला येऊ या. थोरल्या महाराजांस्नी दिलेल्या वचनाला बट्टा लावनार न्हाई.''

जेध्यांची निष्ठा पाहून राजांचं मन भरून आलं. पण मन आवरून, जेध्यांची निष्ठा पाहण्यासाठी राजांनी आणखी एक खडा टाकला.

"कान्होजी, तुम्ही परके नाही. तुम्हांला आम्ही सांगायलाच हवं. आबासाहेब आमच्या जबाबदारीतून मोकळे झाले आहेत.''

"काय सांगता, राजे!''

"हो! आमच्या पुंडाव्याला पायबंद घालण्याचा आबासाहेबांना बादशाही हुकूम झाला. तेव्हा आबासाहेबांनी सांगितलं, मुलगा माझ्या ताब्यात नाही. त्याचा हवा तो बंदोबस्त तुम्ही करा.''

कान्होजी हसले. आपल्या गालमिशांवरून पालथी मूठ फिरवून ते राज्यांच्याकडे पाहत होते.

"खोटं वाटतं?'' राजांनी विचारलं.

"न्हाई, पोरा! खोटं न्हाई!'' अभावितपणे कान्होजी राजांना एकेरी बोलून गेले. "तुला थोरल्या साहेबांचं मन कळलं न्हाई. बादशहाला तसं सांगून त्यांनी आशीर्वादच दिलाय तुला.''

"पण तुमचं वतन जाईल, काका..."

राजांच्या बोलांनी भारावलेले कान्होजी एकदम भानावर आले. जिजाबाईंवर दृष्टी टाकून कान्होजी पुढे झाले. मंचकावर ठेवलेल्या रौप्य झारीतले पाणी पात्रात ओतून घेऊन ते गर्जले,

"राजे! ऐका! आमचं कुलदैवत नागेश्वरीची शपथ घेऊन, मासाहेब, तुमच्या पावलांच्या रूपानं थोरल्या साहेबांचे पाय शिवून सांगतो, आज वतनावर पाणी सोडलं."

राजे कान्होजींना अडवण्यासाठी पुढं झाले. तोवर कान्होजींनी उजव्या हातावरून पाणी सोडलंही होतं.

गहिवरलेले राजे पुढे झाले. कंठ दाटला होता. राजे कसेबसे म्हणाले,

"कान्होजी! आज तुमच्या रूपानं आम्हांला आबासाहेबांचा कौल मिळाला."

कान्होजी राजांच्या मुजऱ्यासाठी वाकणार, तोच राजांनी त्यांना मिठी मारली. मिठीतून अलग होत राजे म्हणाले,

"कान्होजीकाका, खरं सांगायचं, तर आमच्या मनाचा थारा सुटला होता. खंडोजी खोपडे खानाला मिळाल्याचं ऐकून जिवाला चैन नव्हती. तुमची आठवण होत होती. पण बोलवायचा धीर नव्हता."

"राजे, काय करायचं, सांगा."

"फार मोठी जोखीम आहे, कान्होजी! तुम्ही सारे देशमुख गोळा करा. त्यांची समजूत काढा. पण कुणाला खानाला मिळू देऊ नका."

"राजे, तुम्ही निर्धास्त राहा. कुणी फितायचं ठरवलं, तर तो खानाचा गोट पाहणार नाही. ती जिम्मेदारी माझी. आम्ही चलतो. आज्ञा असावी!"

"थांबा, जेधे! कधी नाही ते मुलांसह घरी आला. राहून चला." जिजाबाई म्हणाल्या.

"मासाहेब! घर का परकं आहे? हे घर पोखरलं जायच्या आतच सावरून धरायला पायजे."

"कान्होजीकाका, तुमचा कबीला कारीला आहे. तो ढमढेऱ्यांच्या तळेगावला हलवा."

कान्होजींची मुद्रा एकदम गंभीर झाली. राजांच्या नजरेला नजर

भिडवीत त्यांनी विचारलं.

"राजे! वतनावर पाणी सोडलं, तरी विश्वास न्हाई?"

"काका, चुकूनही तो विचार मनात आणू नका. तुम्ही वतनावर पाणी सोडून मोकळे झालात आणि त्याचबरोबर तुमच्या घरादाराची जबाबदारी आमच्यावर टाकलीत. आमच्याशी नातं आहे, एवढ्या एका गुन्ह्यासाठी आदिलशाहीचे पिढीजात सेवक बजाजींच्या गळ्यात अफझलनं साखळदंड बांधला. तुम्ही आम्हांला मिळाल्याचं कळताच खान स्वस्थ कसा राहील? तुम्हांला काळजी नसली, तरी आम्ही तुमची जबाबदारी कशी विसरू? आता कारीला तुमच्या मंडळींनी राहणं उचित नाही. सुरक्षितही नाही. त्यांना तळेगावला पाठवा. ही आमची आज्ञा समजा."

राजांच्या आज्ञेने कान्होजींना सार्थक झाल्यासारखे वाटले. राजांची कामगिरी स्वीकारून कान्होजी माघारी गेले.

कान्होजी जेधे कारीला गेले. कारीला पोहोचताच त्यांनी सर्व देशमुखांना बोलावणे पाठविले. कान्होजींचा अधिकार जाणून सारे देशमुख कारीला जमा झाले. बादशाही फर्मानामुळे सारे देशमुख भयभीत झाले होते. कान्होजींनी त्यांना धीर दिला. देशमुखांचे हरवलेले बळ पुन्हा आले. आपापल्या शिबंदीसह सर्व देशमुख, पाटील, वतनदार कामगिरी स्वीकारण्यासाठी राजांकडे येऊ लागले.

◆

उलटणाऱ्या दिवसाबरोबर राजांचं बळ वाढत होतं. राजांच्या हुकुमानं शिवापूरला येणारी शिबंदी प्रतापगडाकडे एकत्र होत होती. खानाच्या चिंतेबरोबरच राजांना दुसरी काळजी पोखरत होती. सईबाईंच्या आजाराचा चढ-उतार राजांच्या अंगाला त्रस्त करीत होता. याच बेचैनीत राजे आपल्या महाली निद्रित झाले असता अचानक त्यांना जाग आली.

सारा महाल प्रकाशाने व्यापला होता. लक्षावधी भुंग्यांनी गुंजारव करावा, तसा आवाज भरला होता. सामोरे उभे ठाकलेले तेज राजे निर्भीड मनानं पाहत होते. त्या तेजाला राजांनी हात जोडले आणि घनगंभीर नाद त्यांच्या कानांवर आला :

'चिंता करू नको, तुजला यश मिळेल! मी तुझी तलवार होऊन राहिले आहे...'

त्या हळूहळू क्षीण होत जाणाऱ्या आवाजाबरोबरच ते तेजही नाहीसं झालं.

नगारखान्यावर झडलेल्या पहाटेच्या चौघड्याच्या आवाजानं राजे भानावर आले.

राजे शांत चित्तानं उठले. देव्हाऱ्यापुढे जाऊन त्यांनी मस्तक टेकले आणि भवानी तलवार मस्तकी लावून ते महालाबाहेर आले.

सकाळी राजांनी जिजाबाईंना आपला दृष्टांत सांगितला, तेव्हा आधीच वय झालेल्या, राजांच्या काळजीनं थकलेल्या जिजाऊंच्या चेहऱ्यावर केवढे समाधान प्रकटले! त्या आनंदाने म्हणाल्या,

"श्रींचं राज्य उभं करता ना? मग ती शक्तिदेवता आशीर्वाद

दिल्यावाचून राहील कशी?''

राजांच्या दृष्टांताची बातमी हळूहळू पसरली आणि खानाच्या भीतीनं दबलेली मनं नव्या उत्साहानं परत उभी राहिली.

◆

दोन प्रहरच्या वेळी वाड्याच्या सदरेवरती फिरंगोजी नरसाळा आणि माणकोजी दहातोंडे बसले होते. दोघेही वयोवृद्ध बसल्या जागीच डुलक्या घेत होते. फिरंगोजी म्हणाला,

"माणकोजी, हे म्हातारपन वाईट, बग."

"काय झालं?"

"काय झालं! अरे, हे वय नसतं, तर सारी कामगिरीवर पांगली, तसं आपनही गेलो नसतो? एका सदरेवर बसून राह्यचं किती?"

"हे मात्र खरं! बसून राह्यचं आनी ते बी काळजी करीत..."

पण फिरंगोजी काही बोलला नाही. त्याची नजर वाड्याकडे येणाऱ्या इसमावर खिळली होती. अंगात भगवा कुडता घातलेला, घोट्यापर्यंत उतरलेलं पांढरं शुभ्र धोतर नेसलेला, बुटक्या ठेवणीचा इसम वाड्याच्या दारात उभा होता. मस्तकी रुमाल बांधलेल्या सावळ्या वर्णाच्या गोल चेहऱ्यावरचे कपाळीच्या भस्माचे पट्टे उठून दिसत होते. कानांत सुवर्णाच्या मुद्या चमकत होत्या. गळ्यातल्या रुद्राक्षमाळेवर हात ठेवून तो म्हणाला,

"कल्याण असो!"

कपाळाला आठ्या घालीत फिरंगोजी म्हणाला,

"असू द्या! पण इथं कशाला आलात?"

"योग विद्या, ज्योतिष विद्या जाणतो."

फिरंगोजी अस्वस्थ होऊन उठत म्हणाले,

"आऽयला! हे पहारेकरी करत्यात तरी काय? कुनीबी उठावं आणि सरळ वाड्याच्या दारात यावं."

माणकोजी फिरंगोजींना थांबवत म्हणाले,

"अरं, त्यो साधू हाय. साधू-संन्याशास्नी अडवायचं न्हाई, म्हणून

राजांनी न्हाई का हुकूम दिला?''

''या, महाराज! वर या.''

तो इसम वर आला.

''महाराज, आपलं नाव?''

''आम्ही मल्लिकार्जुन स्वामी.''

''गाव?''

''पडोकोट्टण पुरम!''

फिरंगोजीचा टाळा वासला. गालावरचे पिकले कल्ले खाजवीत ते उद्गारले,

''आयला! हे कुठलं गाव काढलंय यानं?''

''लई दूर! कन्याकुमारीजवळ हे गाव असतंय!''

''मग एवढ्या लांबवर का आला?''

''योगक्षेम बाबा, योगक्षेम! राजे यांची थोर कीर्ती ऐकून आलो, बाबा!''

''माणकोजी!'' फिरंगोजी म्हणाले. ''याला काय द्यायचं, ते देऊन वाटंला लाव.''

''संकट आलं, म्हणून चिंता करता. ते करतच जाग्याला बसता, दिवस-रात्र झोप येत नाही, म्हणून तळमळता...''

बघता-बघता दोघेही मल्लिकार्जुनच्या बोलण्यात गुंतून गेले.

मल्लिकार्जुनचं भविष्यकथन चालू असता हळूहळू मोरोपंत, अनाजी, गोमागी सदरेवर गोळा झाले. सदरेवर खेळायला आलेले बाळराजे संभाजी क्षणभर उंबरठ्यावर थबकले आणि त्यांनी बसलेल्या फिरंगोजीच्या पाठीवर उडी घेतली. फिरंगोजींनी बाळराजांना मांडीवर घेतले. संभाजीराजांना पाहून मल्लिकार्जुन म्हणाला,

''यो मुलगा मोठा होईल. थोर पराक्रम करील. पन...''

मल्लिकार्जुन थांबलेला पाहताच अधीर झालेल्या माणकोजींनी विचारलं,

''पन काय, महाराज?''

''ललाटरेषा बदलत नाही. या मुलाला मातृसुख संभवत नाही.''

ज्योतिष्याच्या त्या भविष्यवाणीनं साऱ्यांची मनं चर्रऽऽर झाली.

फिरंगोजी त्राग्यानं म्हणाले,

"आईचं सुख नसायला काय झालं? आमच्या बाळराजांना आठ आयांची माया लाभलीय्."

"बाबा, रे! आई एकच असते!"

मोरोपंत, अनाजी उठून उभे राहिले. पाठीशी राजे आलेले पाहताच माणकोजी, फिरंगोजीही उभे राहिले. त्यांचं अनुकरण करत मल्लिकार्जुनाने हात जोडले. त्या वंदनाचा स्वीकार करून राजांनी विचारलं,

"काय चाललंय, माणकोजी?"

"हे मदुरेकडचे ज्योतिषी आलेत."

"महाराज! आमी ललाटरेषा जाणतो."

राजे हसले. म्हणाले,

"परमेश्वरानं लिहिलेली ललाटरेषा आपल्याला अवगत असती, तर ती विद्या विक्रीला काढून पायांची वणवण का करून घेतली असती?"

"महाराजांनी परीक्षा बघून बोल लावावा. मोठं संकट येत आहे, हे आम्ही तुमच्या कपाळावर स्पष्ट पाहतो."

"ज्या मुलुखातून तुम्ही आला, तिथं याहीपेक्षा मोठं संकट तुम्हांला दिसलं असेल."

"आम्हांला दक्षिणा नको. कीर्ती ऐकून आम्ही आलो. पुण्यवंत आहा. काळ विपरीत दिसतो. भांडणास बैसो नये, असा आमी सल्ला देतो."

"आणि भांडण केलं, तर?" राजांनी विचारलं.

राजांच्या नजरेला नजर देत मल्लिकार्जुन म्हणाला,

"प्राणनाश संभवतो."

मल्लिकार्जुनच्या त्या स्पष्ट भविष्यवाणीने साऱ्यांच्या मनाचा थरकाप उडाला. पण राजांच्या चेहऱ्यावरचे स्मित ढळले नाही. त्याच संथ सुरात ते म्हणाले,

"जन्माबरोबरच मृत्यूची जोड असते. त्याचं भय आम्हांस वाटत नाही. या मृत्यूचं आम्ही स्वागतच करू. तो वीरोचित यावा, एवढीच आम्ही दक्षता बाळगत असतो. मोरोपंत, यांना दक्षिणा द्या आणि वाटेला लावा."

फिरंगोजीची नजर मल्लिकार्जुनवर खिळली. ते म्हणाले,

"थांबा, राजे! याला सोडू नका." आणि फिरंगोजी गर्जले, "कोण

आहे तिकडे?''

हशम धावले. मल्लिकार्जुनकडे बोट दाखवीत फिरंगोजींनी आज्ञा दिली,

''याला गिरफ्तार करा!''

राजे आश्चर्याने तो प्रकार पाहत होते. ते म्हणाले,

''फिरंगोजी, हा अभद्र काही तरी बोलला, म्हणून त्याच्यावर राग का?''

''राजे! या कुडबुड्याचे कान पाहा. मुद्दा घातलेल्या कानांच्या पाळ्या सुजलेल्या आहेत. एवढा मोठा झाल्यावर यानं कान का टोचून घेतले आहेत?''

अस्थिर नजरेनं पाहणाऱ्या मल्लिकार्जुनचा हात त्याच्या झोळीत गेला आणि त्याच क्षणी फिरंगोजीची पकड त्याच्या मनगटावर बसली. झोळीबाहेर हात खेचला गेला, तेव्हा त्याच्या हातात चमकणारी कट्यार दिसत होती.

मल्लिकार्जुन गिरफदार केला गेला. राजे म्हणाले,

''याला घेऊन जा आणि त्याला बोलकं करा.''

मल्लिकार्जुनला घेऊन जाताच माणकोजी अपराधी सुरात म्हणाला,

''राजे! चूक माझी. मीच त्याला सदरेवर बोलावलं होतं.''

''काही बिघडलं नाही. पण, माणकोजी, संकटाच्या वेळी परमेश्वरावरची श्रद्धा आणि मनातली निष्ठा कधीही ढळू न द्यावी. अशा वेळी ज्योतिष्याचा आधार घेऊ नये. फिरंगोजी, वय झालं, पण तुमची नजर ढळली नाही.''

''राजे, किल्लेदारी करतच म्हातारा झालो न्हवं? गडावर येणारी-जाणारी माणसं बघतच वाढलो. आता कुणाकडंबी सरळ बघता येत न्हाई.''

''आमच्याकडेसुद्धा?''

फिरंगोजीनं राजांच्याकडे पाहिलं. प्रेमभरानं त्याचे डोळे अधिकच पाणावले.

''खरंच, राजा! तुझा डाव आमच्या मनाला येत न्हाई.''

''का? ज्योतिष्यानं भविष्य सांगितलं, म्हणून? फिरंगोजी, तो ज्योतिषी नव्हता, शत्रूघरचा हेर होता; हे आता सिद्ध झालंच ना?

तुम्हीच ते केलंत ना?''

"हो, राजे! त्याचं ऐकून मी म्हणत न्हाई. पण तो खान दगाबाज आहे.''

"म्हणून त्याच्याशी सलोखा करायचा? त्यापेक्षा मेलेलं काय वाईट?''

फिरंगोजी खिन्नपणे हसले.

"राजे, तुमी मरून जाशिला. तुमचं नाव राहील. पण हा खेळ मांडला, तो पुरा कुणी करायचा? आमच्यासारखी म्हातारीकोतारी बारा मावळची मावळपोरं, देसाई, देशमुख, पाटील, कुलकर्णी एका दावणीला बांधलीस; हं, त्या दावणीची पात कुणी फिरवायची? नाही, राजे! या राज्याचं खळं सरल्याबिगर तुमांस्नी मरायला मोकळीक न्हाई.''

फिरंगोजीच्या शब्दांनी राजे विचारमग्न झाले. पायाला मिठी घातलेल्या संभाजीराजांना त्यांनी उचलून घेतलं आणि ते म्हणाले,

"खानाच्या नजरबाजांचं जाळं इथवर वाईला येऊन पोहोचलं. आता उसंत घेऊन चालणार नाही. खानाचा तळ वाईला पडण्याआधीच जावळी खोऱ्याचा पक्का बंदोबस्त व्हायला हवा. उद्या आम्ही प्रतापगडावर आहो.''

त्याच संध्याकाळी राजांच्या चिंताग्रस्त मनाला सुखावणारी एक बातमी नजरबाजाने आणली. राजे मोठ्या आनंदानं जिजाबाईंच्याकडे गेले.

"मासाहेब, आनंदाची बातमी आली आहे. खानाने तुळजापूरवर जेव्हा हल्ला केला, तेव्हा सावध असलेल्या भोप्यांनी देवीची मूळ अचल मूर्ती आधीच लपवून ठेवली होती. मूळ मूर्तीऐवजी त्या जागी ठेवलेली चल मूर्ती खानाला सापडली. आपली भवानी सुरक्षित आणि अभंग आहे.''

जिजाबाईंनी भाविकतेने हात जोडले. त्या म्हणाल्या,

"राजे, हे अफझलचं संकट टळू दे. मी तुळजाभवानीची पायरी रुप्यानं मढवीन. राजे. उद्या तुम्ही जावळीला जाणार?''

"जायलाच हवं, मासाहेब!''

"पण सईची तब्येत...''

"मासाहेब, स्वतःची सुखदुःखं पाहत जगायला आम्हांला मुभा

नाही, आपण इथं आहातच. आम्ही प्रतापगडावर असू. तरी आमचं एक मन इथंच गुंतलेलं असेल. इकडील क्षेम-समाचार आम्हांला कळत राहतील.''

दुसरे दिवशी सईबाईंचा निरोप घेऊन राजे जावळीकडे निघाले.

◆

जावळी किल्ल्याच्या रोखाने राजांचे अश्वपथक दौडत होते. चौफेर घनदाट अरण्यांनी वेढलेल्या त्या मुलखातून राजे जात होते.

जावळी खोऱ्यातल्या प्रत्येक गावठाणाला छावणीचं स्वरूप आलं होतं. जावळी गडाच्या प्रथम दरवाजापाशीच पायउतार झाले. नगारखान्याची नौबत झडली आणि राजांची दृष्टी प्रथम दरवाजापाशीच राजांच्या स्वागतासाठी उभ्या राहिलेल्या तानाजी, येसाजी, मुरारबाजी, बाजीप्रभू यांच्याकडे गेली. त्यांनी केलेल्या मुजऱ्याचा स्वीकार करून राजे सर्वांसह पायऱ्या चढत होते. नजर सर्वत्र फिरत होती. ठायी ठायी चौकी-पहारे बसले होते. मोक्याच्या जागी बुरुजांवर तोफांचे मारे सज्ज होते.

गडाच्या प्रथम माचीवर उभे राहून राजांनी चौफेर नजर टाकली.

पिवळ्या सोनेरी उन्हात कोयना खोरे उजळून निघाले होते. समोर महाबळेश्वरचा डोंगर उभा होता.

राजांनी महाबळेश्वरला वंदन केले. बालेकिल्ल्यात प्रवेश करताच केदारेश्वराचं सुबक मंदिर दृष्टिपथात आलं. किल्ला बांधण्यासाठी राजे जेव्हा प्रथम त्या डोंगरावर आले, तेव्हा त्यांना ते शिवलिंग सापडले होते. तो शुभशकुन समजून राजांनी तिथं किल्ला बांधण्याचं ठरविलं होतं. गडकोट बांधून होताच केदारेश्वराचं मंदिर उभारण्यात आलं. क्षणभर राजे त्या मंदिराकडे पाहत उभे राहिले. नंतर राजांनी केदारेश्वराचं दर्शन घेतलं आणि राजे वाड्याकडे निघाले.

गडाच्या उंचभागी राजांचा वाडा उभा होता. वाडा आकारानं लहान पण सुबक होता. शोभिवंत खांबांनी पुढचा भाग सजला होता. पुढच्या चौकावर महिरपी खिडक्यांनी सजलेली माडी होती.

राजे गडावर आल्यापासून साऱ्यांत उत्साह संचारला होता. राजांचे सर्व जिवलग मुजऱ्यासाठी राजांच्या समोर येत होते. या स्वराज्याच्या कारणासाठी जोडलेली माणसं, त्यांचा उत्साह, निष्ठा पाहून राजांचं धैर्य वाढत होतं. महार, चांभार, रामोशी, बेरड, ब्राह्मण, मराठे, मुसलमान या साऱ्या जमाती पंथभेद, जातिभेद विसरून एकदिलाने उभ्या राहिलेल्या पाहून राजांचा आत्मविश्वास वाढत होता.

प्रतापगड कोंदणात बसवलेल्या पाचूसारखा उभा होता. चंद्रगड, मंगलगड, मकरंदगड यांसारख्या गडाकोटांनी जावळीचा मुलूख बंदिस्त करून टाकला होता. जावळी खोऱ्याचे घनदाट रान भर दुपारी सूर्यकिरणांना जमिनीला स्पर्श करू देत नव्हते. त्या निबिड रानाच्या सर्व पायवाटा राजांच्या माणसांना अवगत झाल्या होत्या. सात हजारांपर्यंत राजांची पागा जावळी खोऱ्यात गोळा झाली होती. तेवढीच शिबंदी राजांच्या हुकुमाची वाट पाहत होती.

राजे गडाच्या प्रथम दरवाजापाशी दोन प्रहराच्या वेळी उभे होते. चंद्रराव मोरे याचं पारिपत्य केल्यानंतर चंद्रराव मोऱ्यांचे नामांकित शंभर घोडे राजांना मिळाले होते. गडाच्या दरवाजासमोरच्या जागेत आणलेले ते अश्वपथक राजे पाहत होते. राजे घोडे निरखीत जात असता मांडचोळणा घातलेला एक तरुण समोर आला. त्याच्या डोईला बांधलेले मुंडासे त्याची रंगेल वृत्ती दाखवीत होती. राजांना मुजरा करून धीट नजरेनं राजांच्याकडे पाहत तो तरुण उभा होता. कोवळ्या दाढीची हिरवी लव त्याच्या हनुवटीवर उमटली होती. तो तरुण नवखा आहे, हे राजांनी हेरले. राजांची नजर त्याच्या कमरेच्या तलवारीकडे गेली. राजांनी विचारलं,

"कोण तू?"

"महाराज, गोळेवाडीचा बंका रामोशी म्हनत्यात मला. चाकरीसाठी आलो."

"कसली चाकरी?" राजांनी विचारलं.

तो तरुण हसला. म्हणाला,

"बा म्हणाला, शेती करायला येत न्हाई, तर शिवाजी राजांच्या शिलेदारीत जा. तसाच उठलो आणि आलो."

“छान केलंस.” आणि शेजारी उभ्या असलेल्या मुरारबाजीकडे पाहून राजे म्हणाले,

“मुरारबाजी, ऐकलात आमचा लौकिक?”

मुरारबाजींनी बंकाला विचारलं,

“बंका, तुझ्या वडिलांचं नाव?”

“शिवा म्हनत्यात.”

“म्हणजे गोळेवाडीच्या शिवा रामोश्याचा तू मुलगा?”

“जी!”

राजांच्यासमोर शिवा रामोशी उभा राहिला. पुरंदराच्या फत्तेखानाच्या लढाईच्या वेळी याच शिवाने रानवाटेची झाडे तोडून खानाच्या वाटा अडवल्या होत्या. फत्तेखानाच्या लढाईत त्याचा पाय जायबंदी झाला होता. राजांच्या मागे उभा असलेला जिऊ महाला पुढे झाला. त्यानं बंकाला विचारलं,

“तलवार चालविता येती?”

“येत नसती, तर कमरंला कशाला बांधली असती?”

जिऊ महाला राजांना म्हणाला,

“महाराज, याची परीक्षा बघू या.”

राजांनी मान डोलावली.

जिऊ महालानं नारळ आणायला सांगितला. नारळ येताच खालच्या मोकळ्या मैदानात तळहातावर नारळ घेऊन जिवा उभा राहिला. बंका रामोश्याला तो म्हणाला,

“बंका, स्वार हो आणि नारळ उडवून दाखव.”

बंकानं नजीकच्या घोड्याकडे पाहिलं आणि घोड्याच्या मानेवर हात टेकून अलगद उडीने घोड्यावर मांड घेतली. घोडा धरून उभ्या असलेल्या सेवकाच्या हातून लगाम काढून, खेचून बंकाने घोड्याला टाच दिली. उमदं जनावर क्षणात उधळलं. जिवा महालाच्या रोखानं जात असता तलवारीचं पातं सूर्यकिरणात चमकलं आणि क्षणात नारळ फुटल्याचा आवाज झाला. घोडा वळवून बंका राजांच्या सामोरा आला. पायउतार होऊन त्यानं राजांना मुजरा केला.

राजे समाधानानं म्हणाले,

“जिऊ, खातरी पटली?”

नारळाच्या पाण्यानं भिजलेला हात झटकण्याआधी जिऊच्या ओठांवर समाधानाचं हास्य फुललं होतं. पण ते हास्य फार काळ टिकलं नाही. जवळ आलेल्या बंकाचे शब्द जिऊच्या कानांवर पडले.

"माझी परीक्षा घेतलीस, पन तुमाला तलवारीचा हात येतो?"

जिऊ म्हणाला,

"न्हाई, बाबा! घोड्यावरची तलवार जमली असती, तर शिलेदारीत गेलो नसतो? हाती वस्तरा घेऊन कशाला बसलो असतो?"

"मग भितीला तुंबड्या लावू नये माणसानं."

जिऊ महालाने डोळ्याचं पातं लवायच्या आत बंकाची तलवार खेचून घेतली. बंकाला गुडघ्यावर बसवला आणि त्याच्या हातावर जमिनीवर पडलेलं नारळाचं भकल दिलं. बंकापासून दहा कदमांच्या अंतरावर जाऊन जिऊने बैठक घेतली आणि न उठता तसाच गुडघ्यावरून जात त्याने डोळ्याचे पाते लवायच्या आत बंकाच्या हातावरचं भकल अलगद मारलं.

"व्वा! जिऊ, हे तुझं कसब आम्हांला माहीत नव्हतं."

बंकाला तलवार देऊन जिऊ माघारी आला. राजांना म्हणाला,

"महाराज! पोटाचा धंदा आहे."

"म्हणजे?" राजांनी विचारलं.

तानाजी पुढे होत म्हणाला,

"महाराज! लगीन वरातीम्होरं बसून नारळ मारायचा खेळ हा खेळतूया."

राजे हसले. ते म्हणाले,

"बंका, आमच्या संगती चल. आजपासून आम्ही तुझी शिलेदार म्हणून नेमणूक करू."

◆

राजे प्रतापगडावर येऊन जावळी खोऱ्याचा बंदोबस्त करीत असता एके दिवशी राजगडाहून सईबाईसाहेबांची तब्येत जास्त झाल्याची बातमी घेऊन स्वार आला. चिंताचूर मनानं राजांनी प्रतापगड सोडला. भर दुपारच्या वेळी राजे शिवापट्टणात घुसले. नेहमी राजे वाड्यात आले, की सेवकांची कोण धावपळ उडायची! माणसांनी गजबजलेला तो वाडा केवढा शांत वाटत होता. राजांनी सदरेवर प्रवेश करताच फिरंगोजी सामोरे आले.

"फिरंगोजी, राणीसाहेबांची तब्येत?"

"काही कमी नाही."

राजांनी दीर्घ नि:श्वास सोडला.

सईबाईंच्या महालाबाहेरच जिजाबाईंची गाठ पडली. राजांना पाहून जिजाबाईंना अश्रू आवरणं कठीण गेलं. त्या म्हणाल्या,

"एवढे प्रयत्न झाले; पण कशालाच यश येत नाही. तुमच्या वाटेकडे डोळे लावून बसली आहे."

काही न बोलता राजे सईबाईंच्या महाली गेले.

राजे आलेले पाहताच सईबाईंच्या पलंगाशेजारी बसलेला राणीवसा पदर सावरून उठला आणि शांत पावलांनी महालाबाहेर गेला.

राजे पलंगाजवळ गेले.

सईबाईंचे डोळे मिटलेले होते.

राजांनी हलक्या आवाजात हाक मारली.

"सई, आम्ही आलो.'

सईबाईंनी नेत्र उघडले, राजांना पाहताच त्या क्षीण हसल्या.

"शेवटी यावंच लागलं ना?"

राजांनी सईबाईंच्या कपाळी ठेवलेल्या हातावर सईबाईंचा हात पडला. त्या हाताचा गार स्पर्श राजांना जाणवला.

"खान आला?"

"तो निघाला, म्हणजे येईलच!"

"खंडेनवमीच्या मुहूर्तावर आपल्या पावलांनी खान चालत येतो, हे बरंच झालं."

"एवढ्या मोठ्या फौजेनिशी खान येतो आहे आणि त्याची भीती नाही वाटत?"

सईबाईंनी नकारार्थी मान हलवली. त्या म्हणाल्या,

"वाईट एवढंच वाटतं की, आपला पराक्रम पाह्यला मी असणार नाही."

"असं बोलू नये, सई! तू बरी होशील. वैद्यांनीच सांगितलंय की चिंता करायचं काही कारण नाही, म्हणून."

"बरोबर आहे. असणाऱ्याची चिंता करायची. जाणाऱ्याची कसली? मी बरी होणार असते, तर तुम्ही येताच सारे महालाबाहेर गेले नसते."

"सई!"

"मी जाते, म्हणून मला वाईट वाटत नाही. काळजी वाटते शंभूबाळाची. त्यांना जपावं."

राजांना अश्रू आवरणं कठीण झालं.

"आपल्या डोळ्यांतलं पाणी पाहत मी जाते, यापेक्षा समाधान कुठलं? एक ध्यानी धरा. खानाचा पराभव केल्याखेरीज माझ्या आत्म्याला शांती मिळणार नाही. आणखीन एक सांगावसं वाटतं..."

"सांगा, राणीसाहेब!"

"अर्ध्या डावावरून उठले, म्हणून रागावू नये. माझा सोन्याचा कुंकवाचा करंडा पेटीत आहे. माझ्या माघारी तो सोयराला..."

राजे मिटल्या डोळ्यांनी ऐकत होते.

राजांच्या हातावरची सईबाईंची पकड क्षणभर आवळली गेली आणि दुसऱ्याच क्षणी सैल झाली...

राजांनी भीतीनं सईबाईंच्याकडे पाहिलं.

ते नेत्र तसेच उघडे होते. मान किंचित कलंडली होती.

राजांनी हाक मारली.

“सईऽऽ...”

पण त्या नेत्रांची हालचाल झाली नाही. ओठांवर स्मित उमटले नाही.

राजांचा जीव गुदमरून गेला. हळुवार हातांनी राजांनी ते डोळे मिटले.

सईबाई राणीसाहेब आता झोपी गेल्या. कायमच्या.

झोपेत चालावे, तशी पावले टाकीत राजे महालाबाहेर आले. राजांना पाहताच जिजाबाई धावल्या. अश्रूंचे भान नसलेले राजे म्हणाले,

“मासाहेब! राणीसाहेब आम्हांला सोडून गेल्या.”

सारे महालात धावले आणि महालातून एकच आक्रोश उसळला.

राजे आपल्या महालाकडे जात होते... एकटे...

राणीसाहेबांच्या सुतकातच नवरात्राचे दिवस भिजले. पण राजांच्या मनातलं दु:ख सरत नव्हतं.

एके दिवशी मनाला आवर घालून राजे सईबाईंच्या महाली गेले. महाल तोच होता. पण त्यातलं चैतन्य केव्हाच हरवलं होतं. राजांच्या पाठोपाठ आलेल्या पुतळाबाईंकडे राजांचं लक्ष गेलं.

“पुतळा! राणीसाहेबांचा कुंकवाचा करंडा त्या पेटीत असेल, तो आम्हांला हवा आहे.”

पुतळाबाईंनी पेटीतून सुवर्णाचा करंडा काढला आणि राजांच्या हाती दिला. त्या करंड्याकडे पाहत राजे म्हणाले,

“माणसं न सांगता निघून जातात; पण जाताना अकारण गुंतवून जातात. पुतळा, सोयराबाईसाहेबांना बोलावून आण.”

पुतळाबाई निघून गेल्या.

राजांची दृष्टी हातातल्या करंड्यावरून ढळत नव्हती. त्या करंड्यावर दृष्टी खिळवून ते निश्चल उभे होते.

पाठीमागे झालेल्या पावलांच्या आवाजाने राजे सावध झाले. त्यांनी वळून पाहिलं. तोच सोयराबाई राणीसाहेब पुतळाबाईंच्या बरोबर महालात आल्या होत्या.

“मला बोलावलंत?” सोयराबाईंनी विचारलं.

“हो! राणीसाहेबांनी जाताना आपला हा करंडा आपल्या हाती द्यायला सांगितला होता. तो देण्यासाठीच तुम्हांला बोलावलं.”

राजांनी करंड्याचा हात पुढे केला. पण सोयराबाईंचा हात पुढे झाला नाही. उलट एक पाऊल मागे सरत त्या म्हणाल्या,

“जिथं त्यांनाच तो लाभला नाही, तो करंडा मला नको, बाई.”

एवढं बोलून सोयराबाई महालाबाहेर केव्हा गेल्या, तेही राजांना कळलं नाही.

राजे करंड्याकडे पाहत पुतळाबाईंना म्हणाले,

“पुतळा! हा करंडा सईला लाभला नाही, म्हणे!”

“न लाभायला काय झालं? तो लाभला, म्हणून तर भरल्या कपाळानं गेल्या.”

“पुतळा! हा करंडा तू सांभाळ.”

राजांनी हाती दिलेला करंडा पुतळाबाईंनी मस्तकी लावला आणि राजे काही न बोलता महालाबाहेर निघून गेले...

◆

पावसाळा संपला. पाऊलवाटांचे शेवाळ नाहीसे झाले. रात्री-अपरात्री शिवापूर परिसरात टापांचे आवाज घुमू लागले. डोंगरकपारींतून जळते टेंभे फिरताना दिसू लागले.

राजांनी आपला तळ जावळी खोऱ्यात ठेवला होता. पावसाळा संपताच त्यांनी आपला मुक्काम प्रतापगडावर हलवला.

श्रावण आला आणि कुंदावलेल्या आकाशातून सूर्यप्रकाश दिसू लागला. श्रावणातले कोवळे ऊन उजळू लागले. अखंड जलधारांनी चिंब झालेली सृष्टी त्या उन्हात अंग सुकवू लागली. बेलगामपणे फेसाळत, घोंगावत दऱ्या-खोऱ्यांतून धावणारे ओढे शांत बनले. त्यांच्या झुळझुळणाऱ्या स्नेहल प्रवाहात पाखरे पंख फडकावू लागली.

गडाची पाहणी करून अनाजी, मोरोपंत, तानाजी यांच्यासह राजे वाड्याकडे येत होते. गडाचा बंदोबस्त पाहून राजांच्या मनात समाधान असताही त्यांनी मोरोपंतांना विचारलं,

"मोरोपंत, गड बंदिस्त आहे ना?"

"गडकोटाचे पहारे दिवस-रात्र चालू आहेत." मोरोपंत म्हणाले, "साऱ्या बुरुजांवर तोफा सज्ज आहेत. कोठारात भरपूर दारूगोळा जमा आहे."

"ठीक!" राजे म्हणाले. "आता एकच करा. सूर्यास्तापासून सूर्योदयापर्यंत सर्व गडाचे दरवाजे बंद करण्याची आज्ञा द्या. कोणीही, केवढाही मातब्बर, खुद्द आम्ही त्या समयी आलो, तरी गडाचे दरवाजे उघडले जाणार नाहीत, त्याची ताकीद द्या."

राजे वाड्याजवळ आले. वाड्याच्या पायऱ्या चढत असता त्यांचं

लक्ष सदरेवर उभ्या असलेल्या भगव्या वस्त्रधारी संन्याशाकडे गेलं. सदरेवर उभे असलेले फिरंगोजी म्हणाले,

“राजे! महाबळेश्वरहून हे रामदासी नुकतेच आले आहेत.”

रामदासींनी राजांना नमस्कार केला. त्याचा स्वीकार करीत असता रामदासी म्हणाले,

“महाराज, श्रीसमर्थांचा मुक्काम सध्या महाबळेश्वरी आहे. त्यांनी महाबळेश्वराला अभिषेक केला. त्याचा प्रसाद देऊन मला पाठविलं आहे.”

“काही पत्र! निरोप?”

“काही नाही...” म्हणत रामदासींनी आपल्या झोळीतून केळीच्या पानामध्ये बांधलेल्या प्रसादाचा पुडा राजांच्या हाती ठेवला.

राजांनी प्रसादाचा स्वीकार करून तो सेवकाच्या हाती दिला.

श्रावण टळला होता. तरी समर्थांचा मुक्काम महाबळेश्वरावर आहे, याने राजे बेचैन झाले. राजे म्हणाले,

“आपलं नाव?”

“या सेवकाला कल्याण म्हणतात.”

राजे म्हणाले,

“आपण समर्थांना आमचा निरोप कळवा. त्यांना सांगा, आमचं सर्व क्षेम आहे. आम्ही आपली भेट घेण्यासाठी येऊ, तेव्हा सविस्तर बोलता येईल.”

दुसरे दिवशी राजांनी कल्याणस्वामींना निरोप दिला; पण त्यांच्या मनातील बेचैनी ढळली नाही.

त्यानंतर दुसरे दिवशी राजे अचानक अश्वपथकानिशी प्रतापगडाच्या बाहेर पडले.

राजे मध्यान्हकालच्यापूर्वी महाबळेश्वरी पोहोचले. देवदर्शन करून, समर्थांचा ज्या ओवरीत मुक्काम होता, तेथे राजे गेले.

समर्थांना राजे आल्याची वर्दी आधीच पोहोचली होती. ओवरीच्या प्रवेशद्वारी समर्थांची तेजःपुंज मूर्ती राजांच्या स्वागतासाठी उभी होती.

राजांसह ते ओवरीमध्ये गेले. समर्थांच्या आज्ञेने राजे स्थानापन्न झाले. समोर व्याघ्रांबरावर समर्थ आसनस्थ झाले. समर्थांचा सारा

शिष्यपरिवार आणि राजांचे सेवक ओवरीबाहेर गेले होते. फक्त दोघे उरले होते. समर्थ हसून म्हणाले,

"शेवटी अफझल उतरला ना?"

"जी! स्वामीजी, संकट भारी आहे. सर्व बळानिशी खान वाईत आला आहे. दहा हजारांची फौज, तेवढेच घोडदळ घेऊन, तोफा, बंदुका यांसह खान वाईला तळ देऊन आहे. त्यापुढं आमची ताकद फार कमी."

समर्थ हसले. ते म्हणाले,

"राजे, विनयशील माणसाला नम्रतेची भाषा शोभते. पण त्याचा अर्थ असा नव्हे, की तुम्ही ही भाषा वापरावी. तुमच्या मातोश्रींनी पेरलेला रामायण-महाभारताचा संस्कार का आम्ही जाणत नाही? थोरल्या राणीसाहेब निवर्तल्या असताही, ते दुःख बाजूला ठेवून कर्तव्यासाठी जावळी खोर्‍यात मुक्काम करणारे तुम्ही! आम्ही का पाहत नाही? ही लक्षणं कर्मयोग्याचीच असतात. राजे! तुमचा जन्म लोककल्याणास्तवच आहे. ज्यांनी असं खडतर व्रत स्वीकारलेलं असतं, त्यांना यशच मिळतं!"

"पण...!"

"याला पण नाही." रामदास स्वामी म्हणाले, "खानाच्या सैन्याची नोंद फक्त आपल्याला मिळाली. त्यानं भयभीत होण्याचं काहीच कारण नाही. भगवान श्रीकृष्णानं जेव्हा कंसाच्या दरबारात प्रवेश केला, तेव्हा त्याचं बळ काय होतं? त्याचं वय काय होतं? प्रभू रामचंद्रांनी रावणाविरुद्ध युद्ध ठाकलं, तेव्हा त्यांची शक्ती केवढी होती? साधी वानरसेना हाती धरून त्यांनी लंकादेशी रावणाचा पराभव केला ना! आपण विजयी व्हाल, यात आम्हांला मुळीच शंका नाही."

"आपला आशीर्वाद असावा!"

"आशीर्वाद? नाही, राजे, तुमच्यासारखे प्रभू रामचंद्राचे अवतार आम्ही पाहतो, तेव्हाच आमच्या धर्मकार्याला बळ येतं. तुम्ही या प्रसंगी कठीण अवस्थेत असताही आमच्या दर्शनासाठी का आलात, याचा आम्ही विचार करतो आहोत."

"कल्याणस्वामींनी आपला महाप्रसाद दिला. तेव्हा वाटलं, आपलं दर्शन घ्यावं."

समर्थांनी राजांच्याकडे पाहिलं.

राजांनी दृष्टी खाली वळवली.

समर्थ हसले. ते म्हणाले,

"हे खरं नाही, राजे! कोणताही संकोच न बाळगता आपल्या मनातली इच्छा व्यक्त करावी."

क्षणभर राजे थांबले. ते म्हणाले,

"क्षमा असावी. श्रावणमास संपला आहे. मातब्बर शत्रू वाईला तळ ठोकून आहे. कदाचित तो आमच्या भेटीस्तव जावळी खोऱ्यात येईलही. त्या वेळी ती वाट महाबळेश्वराहूनच जाईल. अशा वेळी आपण महाबळेश्वरी असू नये, असं वाटतं."

"आणि म्हणून आलात? ही राजाज्ञा समजायची काय?" समर्थ हसून म्हणाले.

त्या उद्‌गारांनी राजे व्यथित झाले. ते म्हणाले,

"लहान तोंडी मोठा घास घेतला असला, तर क्षमा असावी!"

राजांचे म्लान रूप पाहून समर्थ आपल्या आसनावरून उठले. राजांच्याजवळ जाऊन त्यांना जवळ घेत म्हणाले,

"राजे! प्रबळ शत्रू दाराशी आला असतासुद्धा संत-सज्जनांची काळजी वाहणारे तुमच्यासारखे राजे दुर्मीळ. तुमच्यासारखे राजे असतात, म्हणून धर्मकारणाला बळ येतं. तुमच्या सामोरे संकट फार मोठं आहे. त्याप्रसंगी आमच्या काळजीचं संकट तुम्हांस देऊन ती अधिक वाढवणं योग्य नव्हे. आम्ही उद्याच शिवथरघळी प्रयाण करतो. त्याबद्दल संदेह नसावा."

शिवाजीराजे समर्थांचा निरोप घेण्यासाठी उठले. तेव्हा समर्थ म्हणाले,

"राजे, शत्रू प्रबळ आहे. भरवशाचा नाही. सावधगिरीनं राहा! यशस्वी व्हा!! तुमच्या यशाकडे आमचे डोळे सदैव लागून राहिले आहेत. विजयी व्हा! हा आमचा तुम्हांस आशीर्वाद आहे."

पाणावलेल्या डोळ्यांनी राजांनी समर्थांचा निरोप घेतला आणि ते प्रतापगडाच्या रोखाने परतले.

◆

शिवाजीराजांच्या अपेक्षेप्रमाणे खान आपल्या वीस हजारांच्या फौजेनिशी जावळीला येऊन दाखल झाला. खानाबरोबर घोरपडे, पांढरे, खराटे यांसारखे हिंदू सरदार होते. तसेच अब्दुल सय्यद, रहीमखान, मुसेखान, सैफखान यांच्यासारखे विजापूर दरबारातील मानकरी होते. शिवाजीराजांच्या पारिपत्यासाठी बाहेर पडलेला अफझलखान वाई तळावर आपल्या अफाट बळानिशी दाखल झाला होता. राजांचा मुक्काम जावळी खोऱ्यात होता. खानाची फौज मुलखात शिरली, तर तिला विरोध न करता वरकरणी खानाला सामील व्हावे, अशी सूचना राजांनी सर्व गडकऱ्यांना दिली.

ती सूचना ऐकून सोनोपंत डबीर आश्चर्यचकित झाले.

"राजे! हा हुकूम कशासाठी?"

"सोनोपंत, हे राज्य आम्ही आमच्या हौसेखातर वेगळे करीत नाही. प्रजेच्या सुखासाठी म्हणून ही धडपड आहे. खान वाईला आला, तो स्वस्थ बसणार थोडाच! त्याची फौज आमचा मुलूख व्यापेल. या क्षणी खानाच्या पारिपत्यासाठी आम्ही आमची सारी ताकद जावळीत केंद्रित केली आहे. आमचे बळ मोजक्या शिबंदीनिशी एकाकी आहे. थोडा जरी विरोध झाला, तरी खान आमचा प्रदेश बेचिराख करील. खानाचं पारिपत्य होईपर्यंत खानापुढं मान तुकविली, तर प्रजा नागविली जाणार नाही."

राजांनी केलेल्या भाकिताची प्रचिती लवकरच आली. खानाचे सरदार राज्यात पसरले. जाधवांनी सुपे प्रांत काबीज केला. पांढऱ्यांनी शिरवळला ठाणे दिले. खराड्यांनी सासवड घेतले. हिलालने पुण्यात

तळ दिला. हबशी सैफखानाने तळकोकण व्यापलं. पण खानाच्या फौजेला कुठंही विरोध झाला नाही. चकमक झडली नाही. खानाला या साऱ्या बातम्या कळत होत्या. कुठं ना कुठं तरी खासा शिवाजी उभा ठाकेल, असं खानाला वाटलं होतं. पण खानाची कल्पना खोटी ठरली. शिवाजीचा पत्ता कोठेच लागत नव्हता. राजांनी जरी विरोध केला नाही, तरी खानाची फौज राजांच्या मुलुखात लुटालूट, जाळपोळ करीत होती. त्या बातम्यांनी राजांची सदर दिवसें दिवस बेचैन होत होती.

सोनोपंत डबीर, माणकोजी दहातोंडे ही दादोजी कोंडदेवांबरोबर शहाजीराजांनी पाठविलेली जुनी माणसं. त्यांना राजांच्या शांतपणाचा अंदाज लागत नव्हता. माणकोजींना स्वस्थ बसणं कठीण जात होतं. एक वेळचे ते सरनोबत. वय झाल्यामुळे राजांनी त्यांना खास सल्लागारांत घेतलं होतं. माणकोजींनी राजांना सरळ प्रश्न टाकला.

"राजे, खान मुलूख लुटतो आहे. ते बघत किती दिवस बसून राह्यचं?"

"माणकोजी, तुमचा विचार काय आहे?"

"जावळी खोऱ्यातली फौज बोलावून घेऊन आपला मुलूख मोकळा करावा."

"नाही, माणकोजी! ते आम्ही मुळीच करणार नाही. खानाची आमच्याकडून हीच अपेक्षा आहे."

"मग काय करायचं?"

"प्रतापगड गाठायचा, तिथं बसून राह्यचं."

"किती दिवस?"

राजे शांतपणे म्हणाले,

"खान जावळीत शिरेपर्यंत."

राजांचा निर्णय ऐकून माणकोजी काही बोलले नाहीत.

रात्री सदर परत भरली. जिजाबाई, अनाजी, मोरोपंत, सोनोपंत डबीर, माणकोजी, तानाजी मालुसरे ही खास गोटातली माणसं सदरेवर हजर होती.

राजांनी आपला बेत सांगितला. एव्हाना खानाची अफाट ताकद साऱ्यांना कळली होती. अशा अफाट ताकदीच्या खानापुढे राजांची

ताकद कमी दिसत होती. खानापुढे युद्धात पाडाव लागणं कठीण होतं.

सोनोपंत म्हणाले,

"तह केला, तर!"

"तह! आणि खानाबरोबर?" राजे म्हणाले, "सोनोपंत, खान एवढा का साधा वाटला? चढे घोडियानिशी आम्हांला पकडण्याची त्यानं प्रतिज्ञा केली आहे, ती विसरला, वाटतं? कनकगिरीला दादामहाराजांचा झालेला मृत्यू डोळ्यांआड करून कसं चालेल? भर विजापूरच्या रस्त्यातून हातीपायी साखळदंड जखडून आबासाहेब महाराजांची अफझलनं काढलेली धिंड आम्ही विसरलो नाही. खानाशी तह, म्हणजे मृत्यूला आव्हान. त्या खानाशी सुलह करणे नाही."

माणकोजी म्हणाले,

"हे कठीण कर्म सिद्धीस गेलं, तर बरं!"

"हे ऐकण्यासाठीच का आम्ही तुम्हांला जवळ केलं? मृत्यू हा अटळ आहे. खानाशी दोन हात करता आमचं बरं-वाईट झालं, तर आम्ही स्वर्गाचे मानकरी होऊ. पण तसं घडलं, म्हणून हा मांडलेला राज्याचा डाव अपुरा राहून चालणार नाही. धीर खचू न देता मासाहेबांच्या आज्ञेनं युवराज संभाजी राजांना वाढवत हे राज्य तडीला नेण्याची जबाबदारी तुम्हां सर्वांची आहे."

राजांच्या त्या निर्वाणीच्या बोलण्यानं साऱ्यांची मनं थरथरली. जिजाबाईंच्या डोळ्यांत अश्रू उभे राहिले. त्या गहिवरल्या आवाजात म्हणाल्या,

"शिवबा, असं बोलवतं तरी कसं!"

"मासाहेब! एवढ्या कातर मनाच्या होऊ नका. आम्ही तुम्हांला ओळखतो. आपल्या वडिलांचा आणि आपल्या दोन्ही बंधूंचा दौलताबादेवर भर दरबारात घातानं वध झाला. एका क्षणात आपलं माहेर उद्ध्वस्त झालं. पण त्या वेळी ते दुःख सहन करून आपण उभ्या राहिलात. आबासाहेबांना आदिलशाहीत कैद झाली, भिंतीत चिणून मारण्याची धमकी दिली गेली. पण सौभाग्याला धक्का लागेल, म्हणून तुम्ही हा आम्ही मांडलेला स्वराज्याचा डाव उधळायला सांगितला नाहीत. आता या क्षणी तरी कातर बनू नका. खानाचं पारिपत्य आम्ही निश्चितपणे करू. ते केल्याखेरीज आम्हांला गत्यंतर नाही. आमचं राज्य साधणार

नाही. आम्ही उद्या प्रतापगडी जाऊ. माणकोजी, मोरोपंत आमच्या बरोबर असतील.''

फिरंगोजी म्हणाले,

''राजे, मीही येतो.''

''नाही. फिरंगोजी! तुमच्यावर मोठी जबाबदारी आहे. मासाहेब आणि आमचा कबिला घेऊन तुम्ही उद्या राजगडावर जा. सोनोपंत तुमच्या बरोबर असतील. तुम्ही इथं असला, की निर्धास्त मनानं आम्हांला आमच्या कार्याला लागता येईल.''

बरीच रात्र राजे जिजाबाईंच्या महाली बोलत बसले होते.

पहाटेच्या उजेडात वाड्यासमोर एकच गडबड सुरू झाली होती. राजांचे अश्वपथक वाड्यासमोर हजर झाले होते. तांबड्या मखमलीचं खोगीर चढवलेला राजांचा आवडता घोडा विश्वास धरून मोतद्दार उभा होता. राजे देवघरातून बाहेर आले. पुतळाबाई पदर सावरून सामोऱ्या आल्या. राजांच्या हातावर त्यांनी दही घातले. पुतळाबाईंच्या डोळ्यांत अश्रू तरळल्याचा भास राजांना झाला. राजांनी सर्वांवरून नजर फिरवली. नाक ओढल्याचे आवाज येत होते. राजे म्हणाले,

''आम्ही सुखरूप परत येऊ.''

राजे संथ पावलांनी जिजाबाईंच्या नजीक आले. जिजाबाईंच्यासमोर गुडघ्यांवर बसून राजांनी जिजाबाईंच्या पायांवर मस्तक ठेवले. राजांच्या खांद्याला त्यांनी थकल्या, थरथरत्या हातांनी स्पर्श केला. राजे उठले. जिजाबाईंच्या नजरेशी नजर भिडताच जिजाबाईंनी राजांना उराशी कवटाळले. राजांचा जीव त्या मिठीत गुदमरला होता. कष्टाने राजे म्हणाले,

''मासाहेब!''

राजांना मिठीतून मोकळे करीत जिजाबाईंनी आपले अश्रू पुसले. बळानं आणलेलं हसू ओठांवर उमटलं. पण नजर पाण्यानं भरलेली होती. त्या निर्धारानं सावधगिरीचा इशारा देत बोलल्या,

''शिवबा! जपून!! खान धोकेबाज आहे.''

''आपले आशीर्वाद असता काळजी कसली? अफझल मारून,

गर्दीस मेळवून आम्ही आपल्या दर्शनास येऊ.''

''ज्यानं आपल्या भवानीस उपद्रव दिला, तुमच्या दादासाहेबांना मारलं; त्याचं मस्तक पाह्यला आम्ही उत्सुक आहोत. तुमच्या भावाचं उसनं फेडून घ्या. विजयी होऊन माघारी या.''

त्या वीरमातेचं क्षणभर दर्शन घेऊन राजे वाड्याबाहेर आले. मोरोपंत, माणकोजींच्या समोर अश्वदळाजवळ आले. राजे घोड्यावर स्वार होताच सर्वांनी राजांचं अनुकरण केलं. सदरेवर उभ्या राहिलेल्या जिजाबाईंच्याकडे पाहत राजांनी घोड्याला टाच दिली. राजांच्या पाठोपाठ अश्वपथक दौडू लागले.

त्या टापांचा आवाज नाहीसा होईपर्यंत जिजाबाई सदरेवरच्या सुरूदार खांबाच्या आधारानं उभ्या होत्या.

पूर्व क्षितिजावर नुकतेच उजाडू लागले होते.

◆

वाई, कृष्णेच्या काठावर वसलेलं एक चिमुकलं गाव. देवा-धर्माच्या सोबतीनं राहणारं. पहाटेला जात्यांच्या घरघराटीनं गावाला जाग यायची. भल्या पहाटे पाण्यासाठी नदीकाठी जाणाऱ्या स्त्रियांचे आवाज रस्त्यावर उठायचे. घाटावरच्या देवळांतून घंटांचे आवाज आणि ब्राह्मणांचे मंत्रोच्चार उठायचे. सूर्योदय व्हायचा आणि गाव गजबजून जायचं. गावाबाहेरच्या गोठणीवर गावची गाई-म्हसरं गोळा व्हायची आणि शिदोरी बांधून घेऊन गुराखी मुलं आली, की गावाच्या चौफेर पसरलेल्या मुलुखाकडे गुरं चालू लागायची. या दिवसांत शेतांमधून उभी राहिलेली भात, सावा, नाचणीची पिकं पाहत शेतकरी सुगीचे स्वप्न रंगवीत बसायचे. घरची म्हातारीकोतारी माणसं घरात आलेल्या हळव्या पिकांची वाळवणे राखत असत.

गावाचं हे रूप आता पार बदलून गेलं होतं. वाई गावच्या कृष्णा नदीच्या काठानं खानाची छावणी पसरली होती. छावणीवर हिरवे झेंडे फडकत होते. तंबू, राहुट्या, डेरे, शामियाने हिरव्या झाडीतून विखुरले हाते. घोड्यांची खिंकाळणी, हत्तींचे चीत्कार, उंटांचा आवाज सदैव कानी पडत होता. घरच्या सुना घरांतून बाहेर पडेनाशा झाल्या होत्या. पाणवठ्यावर गेलेली सून घरी परत सुखरूप येईल, याची खातरी देता येत नव्हती. पुरुष-माणसं भीतिग्रस्त मनानं घरचं पाणी भरत होती. गावची तरणीताठी पोरं केव्हाच खानाच्या छावणीवर सक्तीने कामाला जुंपली गेली होती.

छावणीच्या मध्यभागी तांबड्या रंगाचा खानाचा भव्य डेरा उभा होता. डेऱ्याभोवती हातांत तळपते तेगे घेतलेले, काळेकभिन्न खोजे, रक्षक म्हणून उभे होते. खानाच्या डेऱ्यासमोरच्या मोकळ्या जागेच्या मध्यभागी एक

उंच स्तंभ उभा केला होता. त्यावर हिरवे निशाण डौलाने फडकत होते.

धिप्पाड शरीराचा, तीव्र नजरेचा खान जरीबैठकीवर लोडाला कलून बसला होता. मस्तकीच्या किमाँशावर रत्नखचित शिरपेच तळपत होता. डाव्या मुठीतल्या हुक्क्याचे झुरके घेत खान विचार करीत होता. खानाच्या समोर खानाचा मुलगा फाजलखान आणि खानाचे खास विश्वासू सरदार सय्यद बंडा, अब्दुल सय्यद, याकूबखान, हसनखान हात बांधून खानाच्या शांततेकडे भीतिग्रस्त नजरेने पाहत होते.

खानाने हसनखानाकडे नजर वळवली.

"हसनखाँ! तो सीवा जावली में बैठा है?"

"जी, खानसाब!"

खानाने आपल्या सरदारांकरवी शिवाजीचा मुलूख व्यापला होता. शिवाजीच्या मुलखाला उपद्रव देऊनही शिवाजी कोठे विरोधाला उभा राहिला नव्हता. जावळीच्या रानात शिवाजीनं ठाण मांडलं होतं; आणि खान आपल्या जावळीच्या छावणीत बसून राहिला होता.

हुक्क्याची नळी फेकून देत खानानं विचारलं,

"तुमचा सल्लस्वप्नाा काय आहे?"

फाजलखानाकडे सर्वांची नजर गेली. फाजलखान म्हणाला,

"अब्बाजान! जावळीवर आपण हमला करू. जावळी काबीज करायला किती वेळ लागेल?"

साऱ्या सरदारांनी माना डोलावल्या.

ते पाहून खानाच्या चेहऱ्यावर एक स्मित उमटलं. उजव्या हाताने आपली दाढी कुरवाळत तो म्हणाला,

"जावळी खोरं इतकं आसान वाटलं? तुम्हांला या भागाची माहिती नसली, तरी मी याच भागात सुभेदारी केली आहे. चंदर मोऱ्याचा बंदोबस्त करायला आदिलशाही फौज... सात हजारी फौज जावळीत गेली होती. पण त्यातला एकही माघारी आलेला नाही. सीवा हुशार आहे. चालाख आहे. म्हणूनच तो जावळीत वाट पाहतोय. आम्ही विचार केला आहे. उद्या आम्ही आमचा वकील म्हणून कृष्णाजी भास्करला सीवाकडे पाठवू."

साऱ्यांना त्या बोलण्याचे आश्चर्य वाटले. हसनखान धीर करून म्हणाला,

"माफी असावी, हुजूर! त्या सीवानं वकील पाठवायला हवा होता. आम्ही वकील पाठविणं योग्य दिसणार नाही. आम्हांला शोभणार नाही."

"साऱ्या उम्रभर बसून राहिला, तरी तो सिवा जावळीतून बाहेर पडणार नाही. हसन, सारीच मैदानं फौजेनं साफ होत नसतात. जी कामयाबी बळानं साधत नाही, ती अक्कलहुशारीनं पार पाडावी लागते. त्या सीवाला जितक्या जलदीनं बाहेर काढू, तेवढं आमचं काम सोपं होईल. आम्ही जरूर वकील पाठवू."

एवढं बोलून अफझलखान उभा राहिला आणि त्याच वेळी छावणीबाहेर वाढलेला आवाज कानांवर आला. कुतूहलाने खान सर्वांसह डेऱ्याबाहेर आला. डेऱ्याच्या प्रवेशद्वारीच अंबरखानाची गाठ पडली. अंबरखानाने केलेल्या कुर्निसाताचा स्वीकार करून अफझलखानाचे लक्ष अंबरखानामागे असलेल्या शिपायांकडे गेले. त्या शिपायांच्या मध्यभागी जेरबंद केलेला एक तरुण संन्यासी उभा होता. अफझलखानाने विचारले,

"क्या है, अंबरखान?"

संन्याशाकडे बोट दाखवत अंबरखान म्हणाला,

"हुजूर! हा काफरांचा फकीर छावणीत भिक्षा मागत फिरत होता."

"तो क्या हुआ? या मुलखात असे लोक खूप."

"पण याला तुळजापूरच्याही छावणीत अनेकांनी पाहिलं. हा आपल्या छावणीबरोबरच फिरत होता."

अफझलखानाच्या कपाळावर सूक्ष्म आठी पडली.

भगवी कफनी घातलेल्या त्या तरुण संन्याशाला खान निरखीत होता. त्या संन्याशाच्या चेहऱ्यावर भीतीचा लवलेशही दिसत नव्हता.

खानाचा करडा आवाज उमटला.

"कौन हो तुम?"

"संन्यासी!"

"यहाँ किसलिये आये हो?"

"भिक्षा."

"हूंऽ... मालूम नहीं, यह हमारा डेरा है!"

"जी!" तो संन्याशी निर्भयपणे म्हणाला. "हुजूर, आपल्या छावणीत अनेक हिंदू सरदारही आहेत. ते भिक्षा देतात."

दाढी कुरवाळत खान म्हणाला,

"सच्ची बात. प्रतापराव मोरे को बुलाव."

सेवक धावले. संन्याशावरची नजर न ढळू देता खानाने त्याचे नाव विचारले,

"चिदंबर!"

"ठिकाणा?"

"संन्याशाला ठिकाणा नसतो." त्याच वेळी प्रतापराव मोरे हजर झाले. संन्याशाकडे बोट दाखवून खानाने विचारलं,

"याला पहचानता?"

प्रतापरावाने संन्याशाकडे पाहिलं आणि नकारार्थी मान हलवली.

खानाने आज्ञा केली,

"याच्या गळ्यात तोफ चढवा." समोरच्या निशाणाच्या स्तंभाकडे बोट दाखवत तो गरजला, "याची जबान खुलत नाही, तोवर तिथं बांधून याच्यावर फटके चढवा."

पाहता-पाहता खानाच्या आज्ञेचं पालन झालं.

गळ्यात साखळदंड अडकवलेला चिदंबर ध्वजाच्या खांबाला बांधला गेला. हाती आसूड घेतलेले दोन हबशी हजर झाले. खानाच्या इशारतीबरोबर हबश्यांचे हात उंचावले गेले. चिंदबराच्या पाठीवर आसूड फुटू लागले.

चिंदबराच्या मुखातून एकच उद्‌गार बाहेर पडला.

"रघुवीर समर्थ!"

त्यानंतर फक्त आसुडांचे आवाज कानी पडत होते.

◆

अफझलखानाचा वकील, आमंत्रण न देता, प्रतापगडावर राजांना भेटायला येणार, या वार्तेने सारे आश्चर्यचकित झाले. पण राजांना त्याचं आश्चर्य वाटलं नाही. खानाच्या वकिलासाठी गडावरचं एक सुबक घरटं राजांनी सजवून घेतलं.

खानाचे वकील कृष्णाजी भास्कर गडाच्या पायथ्याशी आल्याची वर्दी लागताच राजांनी कान्होजी जेधे, पंताजी गोपीनाथ यांना वकिलाच्या स्वागतासाठी पाठविले. गडाच्या प्रथम दरवाजापाशी पंताजी गोपीनाथांनी कृष्णाजी भास्करांचं स्वागत केलं.

कृष्णाजीपंत उंचेपुरे, देखणे होते. पगडी, पिवळा रेशमी अंगरखा, तलम मलमली धोतर परिधान केलेले कृष्णाजी आपल्या घाऱ्या डोळ्यांनी परिसर निरखीत होते.

पंताजी गोपीनाथांनी जेध्यांची ओळख करून दिली आणि ते म्हणाले,

''आपण येणार, हे ऐकून राजांना भारी आनंद झाला. ते आपल्या भेटीसाठी उत्सुक आहेत. चला.''

कृष्णाजी सर्वांबरोबर गडाच्या पायऱ्या चढत होते. गडमाचीपट येताच तटबंदिस्त असलेला गड कृष्णाजींच्या दृष्टीसमोर उभा राहिला.

तटांच्या मोक्याच्या जागी काळ्याभोर तोफा अजगरासारख्या तोंड वासून उभ्या होत्या. प्रत्येक तोफेजवळ तोफगोळ्यांचे ढीग व्यवस्थित रचून ठेवले होते. ठायी-ठायी चौक्या-पहारे उभे होते.

कृष्णाजींना राहवलं नाही. ते बोलून गेले,

''पंताजी, इथं तर राजांनी युद्धाची तयारी केलेली दिसते.''

''गैरसमज होतो.'' पंताजी म्हणाले. ''राजांच्या कोणत्याही गडावर अशीच व्यवस्था असते.''

''अस्सं! पंताजी, आम्ही वाईहून जावळी खोऱ्याच्या प्रवास करून इथवर आलो, पण साऱ्या प्रवासात तुमच्या माणसांची आमच्यावर सदैव दृष्टी होती, ते आम्हांला जाणवले.''

पंताजी निर्विकार चेहऱ्याने म्हणाले,

''राजे सावध आहेत.''

कृष्णाजीपंत क्षणभर थांबले.

''आमचे खान अफझलखान महंमदशाही शिवाजी राजांच्याशी मैत्रीचा हेतू बाळगून वाईला आले आहेत. त्यांच्या मनात युद्ध असतं, तर मला इथं येण्याचं काहीच प्रयोजन नव्हतं.''

''खानसाहेब कृपावंत आहेत, हे राजे जाणतात. पण वाईला आपल्या इतमामासह येत असता, त्यांनी बरोबर प्रचंड फौज, शेकडो तोफा संगती बाळगल्या आहेत; हेही आपण जाणता.''

''पंताजी, खानसाहेब नुसते सरदार नाहीत. ते आदिलशाहीचे थोर सेनानी आहेत, हे आपण विसरता.''

आपला संताप दिसू न देता, पंताजी म्हणाले,

''ते आम्ही जाणतो. पण नम्रतापूर्वक सांगावंसं वाटतं, शिवाजी भोसले हे सरदार वा सेनापती नसून, या मुलखाचे राजे आहेत.''

''वा, पंताजी! आम्ही तुमच्या जबाबावर खूश आहोत.''

कृष्णाजी भास्करांनी गडावरच्या केदारेश्वराचं दर्शन घेतलं आणि त्यांच्यासाठी योजलेल्या घरट्यात ते विश्रांतीसाठी गेले.

सायंकाळी कृष्णाजी भास्करांना वाड्यावर नेण्यासाठी पंताजी गोपीनाथ गेले. पंताजींसह कृष्णाजी भास्कर वाड्यात आले. वाड्याच्या खाशा सदरेवर राजे आपल्या खास सरदारांबरोबर बसले होते. पंताजींनी कृष्णाजी भास्करांची ओळख करून दिली. कृष्णाजींच्या वंदनाचा स्वीकार करून राजे म्हणाले,

''खानसाहेबांच्या वकिलांचं आमच्या गडावर स्वागत करण्यात आम्हांला आनंद वाटतो. खानसाहेबांच्या भेटीचा आम्ही विचार करीत असता, आपण आलात, हा आम्हांला सुयोग वाटतो.''

कृष्णाजीपंत मान तुकवून म्हणाले,

''आदिलशहाचे थोर सेनानी अफझलखान महंमदशहा आपल्यासाठी

विजापूरहून वाईत येऊन डेरेदाखल झाले आहेत. खानसाहेबांच्या मनात आपल्याबद्दल स्नेहभाव आहे. विजापूर दरबाराचे श्रेष्ठ मानकरी फर्जंद शहाजीराजे यांचे आपण सुपुत्र आहात. शहाजीराजे आणि खानसाहेब यांचा जुना स्नेह आहे. तो स्नेह जाणून खानसाहेबांनी रीतिरिवाज मनात न आणता मला आपल्या भेटीसाठी पाठवलं आहे.''

''खानसाहेब रहेमदिल आहेत.''

''आपण त्याचा फायदा घ्यावा. आपण खानसाहेबांच्या भेटीस यावं. खानसाहेब आपल्यासाठी रदबदली करून पादशहाकडून तळकोकणचे राज्य व जहागीर देववतील. आपले गडकोटही सुरक्षित राहतील.''

राजांनी ओठांवरचे स्मित ढळू न देता सांगितले,

''कृष्णाजी भास्कर, तीर्थरूप महाराजसाहेब आणि खानसाहेब दोघेही आम्हांला वडीलच आहेत. खानसाहेबांच्या भेटीचा योग आम्ही पर्वणी समजतो.''

कृष्णाजी भास्करांनी खानाने दिलेले पत्र राजांच्या सामोरे ठेवलं. राजांनी त्या पत्राचा स्वीकार केला आणि मोरोपंतांकडे पाहिलं. मोरोपंतांनी पत्र वाचण्यास सुरुवात केली–

> 'तुमचा उद्धटपणा शहाच्या मनास झोंबत आहे. निजामशाही बुडल्यानंतर स्वत: हस्तगत केलेला मुलूख आदिलशहाने मोंगलांना तहात दिला होता. तो डोंगरी किल्ल्यांनी भरलेला मुलूख तुम्ही काबीज केल्यामुळे तेथील राजा जळफळत आहे. चंद्ररावांचे विस्तीर्ण राज्य तुम्ही हरण केले आहे. कल्याण, भिवंडी घेऊन तुम्ही अल्लाह परवरदिगाराच्या मशिदी जमीनदोस्त केल्या आहेत. काजी व मुल्ला यांना कैद केले आहे. त्यासाठी राजा तू माझ्या आज्ञेने संधी कर; आणि सर्व किल्ले आणि मुलूख देऊन टाक. सिंहगड, लोहगड, पुरंदर, चाकण, नीरा व भीमा यांतील प्रदेश सोडून दे.'

खानांच्या त्या उद्धटपणाने राजांचा बसल्या जागी तिळपापड झाला. ते उफाळले.

''वा! हे खान लिहितात! आम्हांला!! शरम वाटायला हवी होती असले आरोप करताना.''

राजांच्या उफाळलेल्या संतापाने कृष्णाजीपंत चकित झाले.

राजांच्या ते ध्यानी आलं.

"पंत, तुम्हीही हिंदू आहात. खानाबरोबरच तुम्ही आलात. येताना तुळजापूर, पंढरपूरला काय झालं, ते पाहिलंत."

कृष्णाजीपंत चाचरत म्हणाले,

"राजे, पत्राचा तर्जुमा शब्दश: घेऊ नये. एक रिवाज म्हणून..."

"रिवाज आणि असला?" राजे म्हणाले. "हा रिवाज आमचा नाही. आम्ही कधी मशिदी पाडून देवळे बांधली नाहीत. घोडेगावला मीर इमानने ती उभारलेली मशीद पाहा. त्यांवर गर्वोक्ती कोरली आहे. म्हणे, मी तीस आणि तीन देवळे पाडून ही मशीद उभी केली आहे. पंत, तसली कृती का आम्हांला जमत नाही? पण आम्ही ते केलं नाही. आम्ही हिंदू आहोत, याचा आम्हांला जरूर अभिमान आहे. पण दुसऱ्या धर्माचा द्वेष आम्ही कधीही बाळगला नाही. नाही तर चंद्रोदय होताच आमच्या मुसलमान बांधवांना ते कळावे, म्हणून आम्ही तोफा वाजविण्याचा हुकूम सर्व गडांना दिला नसता. मशीद तर सोडाच; पण एका मुसलमान घराला तो परधर्माचा म्हणून तोशीस दिल्याची एक तरी नोंद दाखवा. तसं नसतं, तर आमच्या पदरी आज अनेक मुसलमान तुम्हांला दिसले नसते."

"राजे!" मोरोपंत धीर करून नम्रपणे म्हणाले, "कृष्णाजीपंत खानाचे वकील म्हणून आले आहेत."

मोरोपंतांची भीती राजांच्या ध्यानी आली. क्षणात संताप नाहीसा झाला. स्मित वदनाने ते म्हणाले,

"कृष्णाजीपंत, खानांच्याबद्दल आमच्या मनात द्वेष नाही. कटुता नाही. पण वृथा आरोप आम्हांला सहन होत नाहीत."

"मी आपल्या भावना समजतो. मी त्या जरूर खानाच्या कानावर घालीन." कृष्णाजीपंत म्हणाले.

"जरूर घाला. आमच्या तीर्थरूपांच्या समोर आम्ही जेवढे स्पष्ट बोलू, आदर बाळगू, तो आदर बाळगूनच आम्ही खानांच्या समोर जाऊ. बोलू."

"आपण विश्वास बाळगावा. खानसाहेबांच्या मनात आपल्याबद्दल प्रेमभावच आहे."

"कृष्णाजीपंत, आपण सांगितलेला खानांच्या मनातला प्रेगभाव पत्रात कुठं दिसत नाही."

"राजे, हे पत्र आदिलशाही जबाबदारीचं आहे. मी आपल्याला

सांगितला, तो खानांच्या मनातला वैयक्तिक प्रेमभाव.''

''आपला सल्ला आम्हांला हवा आहे. आम्ही काय करावं?''

''खान म्हणतात, त्याप्रमाणे 'सल्ला' करावा.''

''आणि ते आम्हांला नामंजूर झालं, तर?''

''तर! नाइलाजानं आदिलशाही फौज आपल्यावर तुटून पडेल. तोफांच्या भडिमारात मुलूख बेचिराख होईल. घोड्यांच्या टापांखाली आपला मुलूख धुळीला मिळेल.''

''कृष्णाजीपंत, ते एवढं सोपं नाही. खानसाहेब विसरले असले, तर त्यांना आठवून द्या. आम्ही शहाजीराजांचे पुत्र आहोत. याच खानाच्या गाफिलगिरीमुळं आमचे थोरले बंधू अपघाती मृत्यू पावले. खानसाहेबांइतकाच विजापूर दरबारी फर्जंद शहाजीराजांना मान आहे. त्यांना आपला दुसरा मुलगा गेलेला परवडायचा नाही. खानसाहेब शहाजीराजांचे मित्र म्हणवतात, तर त्यांना शहाजीराजांचा प्रकोप हा किती तीव्र असतो, हे माहीत असेलच.''

राजांच्या बोलण्याने कृष्णाजीपंतांना काय बोलावे, हे सुचेना. तो वार अनोखा होता. स्वत:ला सावरत कृष्णाजीपंत म्हणाले,

''राजे, एवढ्या निकरावर येण्याची जरुरी नाही. आपण माझ्यावर विश्वास ठेवा. आपण दोघे एकत्र आलात, तर मोकळ्या मनाने बोलणी होतील. मनात असलेली किल्मिषे निघून जाऊन मैत्रीचा सुलूख होईल. दोन्ही बाजूंची प्राणहानी, वित्तनाश थांबेल.''

''आपण योग्य सल्ला दिलात. खानाच्या बळापुढं आमचा निभाव लागणार नाही, हे आम्ही जाणतो. आम्ही विचार करू.''

राजांचा निरोप घेऊन कृष्णाजीपंत आपल्या निवासस्थानी गेले.

खानाच्या पत्राने संतापलेल्या राजसदरेला वाचा फुटली.

कान्होजी जेधे म्हणाले,

''राजे, खानाची चाल सरळ दिसत नाही.''

''ते आम्ही जाणतो.''

''असला सुलूख करून राज्य राखण्यापेक्षा चार हात करून मेलेलं काय वाईट?''

राजांची मुद्रा कठोर बनली. ते निश्चयपूर्वक म्हणाले,

''कान्होजी, श्रींचं राज्य उभं करण्यास आम्ही वचनबद्ध आहो. स्वत:चा

प्राणनाश करू देण्याची आम्हांला मुभा नाही. तुम्ही चिंता करू नका. खानास मारल्याविना राज्य साधत नाही, हे आम्ही जाणलं आहे. संकटातून तारून नेण्यास आई जगदंबा, ती अष्टभुजा समर्थ आहे.''

पहाटेच्या वेळी राजे नेहमीप्रमाणे केदारेश्वराच्या दर्शनाला गेले.

केदारेश्वराच्या मंदिराच्या प्रवेशद्वारी पंताजी गोपीनाथ उभे होते. राजांना वंदन करून त्यांनी सांगितलं.

''कृष्णाजीपंत दर्शनाला आले आहेत.''

''आणखीन कोण आहे?''

''कोण नाही.''

राजांच्या डोळ्यांत एक निराळा भाव तरळला. त्यांनी मंदिरात प्रवेश केला.

समयांच्या मंद प्रकाशात गाभारा उजळला होता. गाभाऱ्यातली शिवपिंडी त्या प्रकाशात दिसत होती. देवासमोर नतमस्तक झालेले कृष्णाजीपंत पावलांच्या आवाजाने सावध झाले. त्यांनी मागे वळून पाहिले.

राजांना पाहताच ते उठून उभे राहिले. राजांनी विचारलं,

''कृष्णाजीपंत, आपण देव मानता, याचा आनंद वाटला.''

''राजे, मी ब्राह्मण आहे.''

''...आणि तरीही तुळजापूर, पंढरपूरचा उपद्रव आपण उघड्या डोळ्यांनी पाहिलात.''

''धर्म हिंदू असला, तरी व्रत सेवकाचं आहे. शपथपूर्वक दिलेल्या इमानाला आम्ही जखडलो आहोत.''

''तुम्ही आपलं इमान सोडावं, असं आम्ही कधीच म्हणालो नाही. आम्हांला परधर्माचा द्वेष नाही. पण त्याचबरोबर आमच्या मनातली स्वधर्मनिष्ठाही ढळली नाही. धर्मरक्षणाचं कार्य आम्ही हाती घेतलं आहे. त्याला तुमच्यासारख्या निष्ठावंतांचं बळ लाभलं, तर आनंद वाटेल.''

''राजे!'' आजूबाजूला पाहत कृष्णाजीपंत म्हणाले, ''राजे, आपण मला धर्मसंकटात टाकू नका.''

''आम्ही धर्मसंकटात टाकत नाही. आपण दोघेही देवासमोर उभे आहोत. आम्हांला एवढंच सांगा– खानाचा तहाचा प्रस्ताव खरा, की खोटा!''

तशा पहाटेही कृष्णाजी भास्करांच्या कपाळी घाम डवरला. ते म्हणाले,

"राजे, याचं उत्तर आपण मजकडून अपेक्षिले. खानांची वकिली स्वीकारण्याआधी माझी सर्व कुटुंबीय मंडळी ओलीस म्हणून खानाच्या हाती द्यावी लागली. चढे घोडियानिशी आपल्याला कैद करून आणण्याची खानांची प्रतिज्ञा जगजाहीर झालेली आहे, यापेक्षा मी अधिक..."

राजांनी प्रेमभराने कृष्णाजीपंतांचा हात हाती घेतला. त्यांना पुढे न बोलू देता राजे म्हणाले,

"काही सांगायची आवश्यकता नाही. आपली निष्ठा राखून, आपण आम्हांला सावध केलंत, त्याबद्दल आम्ही कृतज्ञ आहोत. आमच्यासाठी आपण एक कराल?"

"बोला, राजे!"

"आम्ही वाईकर खानांना भेटणे इष्ट नाही. आम्ही खानांना भ्यालो आहो, अशी त्यांची समजूत करून द्या. खानांना भेटीचं आमंत्रण आम्ही देऊ. ते स्वीकारण्यासाठी त्याचं मन वळवा."

कृष्णाजी भास्करांनी राजांना संमती दिली.

देवदर्शन घेत असलेल्या राजांना कृष्णाजी भास्कर पाहत होते. शिवाजी राजाचं वेगळेपण, त्याच्या अलौकिक व्यक्तिमत्त्वानं कृष्णाजीपंतांचं मन भारावलेलं होतं. देवापुढं नतमस्तक झालेल्या त्या राजाचा घाताचा विचारही त्यांच्या मनाला बेचैन करीत होता.

सकाळी राजांनी कृष्णाजीपंतांना सदरेवर बोलावून मानवस्त्रं, भूषणं देऊन सन्मानित केलं. राजांनी सांगितलं,

"कृष्णाजीपंत, खानांच्या पत्राचं उत्तर आम्ही तुमच्याबरोबर पाठविलं, तर ते व्यवहारास धरून होणार नाही. खानसाहेब आमच्यापेक्षा वयानं, मानानं आणि बळानं मोठे आहेत, हे आम्ही जाणतो. त्यांनी मनात स्नेहभाव धरून, आपणांस आमच्या दरबारी पाठविलं, ही आम्ही आमची कृपा समजतो. आम्ही उद्या आमच्या वकिलांच्या मार्फत खानसाहेबांच्या पत्राचा जबाब देऊ. खानसाहेबांच्या गोटात आमच्या वकिलांचं स्वागत कसं होतं, हे आपण पाहालच."

कृष्णाजीपंतांना निरोप देण्यासाठी राजे गडाच्या दरवाजापर्यंत गेले.

शिवाजीराजांच्या त्या उमद्या स्वभावाने कृष्णाजी भास्कर भारावून गेले होते.

राजांचा निरोप घेऊन कृष्णाजीपंत वाईकडे निघून गेले.

वाड्यात येताच राजांनी पंताजी गोपीनाथांना एकांती बोलावून घेतले. पंताजी गोपीनाथ बोकील म्हणजे राजांच्या प्रतिविश्वासाच्या मंडळींपैकी एक. वयाने आणि मानाने मोठे. राजे त्यांना प्रेमाने काका म्हणत. पंताजी काका महाराजांचे चिटणीस होते. राजांनी त्यांची निवड वकील म्हणून केली होती. पंताजी येताच राजांनी विचारलं,

"पंताजी काका, खानानं आम्हांला पाठविलेलं भेटीचं आमंत्रण आपण जाणता. तुमचा सल्ला आम्हांला हवा."

क्षणाचाही विलंब न लावता पंताजी म्हणाले,

"राजे, संकट भारी वाटत असेल, तर हवं ते देऊन खानाशी तह करावा. पण कोणत्याही परिस्थितीत खानाच्या गोटात राजांनी जाऊ नये."

"आमच्याच मनातला विचार सांगितलात, पंताजी; आणि त्याचसाठी आम्ही आपली वकील म्हणून निवड केली आहे."

"राजे, आपण विश्वास टाकलात... पण जबाबदारी फार मोठी."

"पंताजी काका, ही जबाबदारी तुमच्याखेरीज कोण उचलणार? मासाहेबांच्या बरोबर सोंगट्याचा पट मांडण्याचा आपला अधिकार. ही राजकारणातील सोंगटी. हवी ती दानं टाकून आपण आमचा पट यशस्वी कराल, यात आम्हांला शंका नाही. आमचं पत्र घेऊन आपण खानांच्याकडे जा. कोणत्याही प्रकारे खान आमच्या गोटात येतील, असं करा. खान तुमच्याकडे शपथ मागेल, ती द्या; त्यात हयगय करू नका. खानाचा गोट नजरेखालून घाला. खानाच्या मनात काय आहे, याचा शोध करा."

पंताजी काकांबरोबर जाणाऱ्या सरंजामातून शिवाजीराजांनी जिऊ महाला, बंका रामोशी यांच्यासारखी हरहुन्नरी माणसेही पेरली होती.

पंताजी गोपीनाथ राजांचे वकील म्हणून खानाकडे जाण्याआधी राजांनी त्यांचा खासे सदरेवर वस्त्रे, भूषणे देऊन गौरव केला. पालखीचा मान दिला आणि वकिलाच्या इतमामाला शोभेल, असा सरंजाम घेऊन पंताजींची पालखी वाईची वाट चालू लागली.

◆

पंताजी गोपीनाथांची पालखी खानांच्या छावणीनजीक आली. पालखीच्या पुढे-मागे अश्वपथके चालत होती. मध्ये पांढऱ्या शुभ्र कपड्यांच्या भोयांनी पंतांची पालखी तोलली होती. पालखी सुशोभित होती. पालखीच्या दांडीला लावलेल्या व्याघ्रमुखाचे डोळे माणकांचे होते. भगव्या रेशमी वस्त्रांचे आवरण पालखीच्या दांड्यावर चढले होते. भोयांच्या पावलांबरोबर हिंदोळे घेणाऱ्या रेशमी, लाल गोंड्यांना धरून पंताजी गोपीनाथ विचार करीत होते.

पंताजी गोपीनाथांची पालखी खानाचा गोट जवळ करीत असता, खानांचे वकील कृष्णाजी भास्कर आपल्या माणसांबरोबर पंताजींच्या स्वागताला सामोरे आले. अश्वारूढ झालेले कृष्णाजी पंतांच्या पालखीबरोबर जात होते. छावणीच्या सुरुवातीलाच बाजारपेठ भरलेली होती. दुतर्फा लागलेली ती समृद्ध बाजारपेठ पाहून पंताजींना आश्चर्य वाटले.

"कृष्णाजीपंत, छावणीत एवढी मोठी बाजारपेठ मी प्रथमच पाहतो."

"खानसाहेबांचा तो रिवाजच आहे. या पेठेत मीठ-मिरचीपासून जवाहिऱ्यापर्यंत सर्व बाजार सदैव भरलेला असतो."

बाजारपेठेनंतर पिलखाना लागला. उंचपुरे धिप्पाड हत्ती झुलत उभे होते.

पंताजींसाठी खास तंबू उभारलेला होता. तिथवर जाईपर्यंत पंताजींना घोड्यांच्या वर्दळीने भरलेल्या छावणीचे दर्शन घडले होते.

शिवाजीराजांचा वकील छावणीत दाखल झाल्याची वर्दी खानाला मिळाली. वकिलाच्या भेटीसाठी उतावीळ झालेल्या खानाने आपले मोजके विश्वासू सरदार आपल्या डेऱ्यात बोलावून घेतले; आणि कृष्णाजी भास्करांना गोपीनाथांना आणण्यासाठी पाठविले.

कृष्णाजीपंतांच्या बरोबर बोलत छावणी निरखीत पंताजी खानाच्या डेऱ्यापाशी आले. त्यांच्या डेऱ्यासमोर ध्वजस्तंभाला बांधलेल्या संन्याशाकडे लक्ष गेले.

संन्याशाच्या भगव्या कफनीच्या चिंध्या उडाल्या होत्या. रक्ताने माखलेल्या पाठीवर फुटलेल्या मांसाचे लचके दिसत होते.

हाती आसूड घेतलेला हबशी आपल्या घामेजलेल्या अंगाने शेजारी उभा होता. ते भयानक दृश्य पाहून पंताजींचे पाऊल थबकले. काही विचारण्याच्या आधीच कृष्णाजीपंतांनी सांगितलं,

"कोणी संन्यासी छावणीबरोबर फिरतो आहे, असा खानांना संशय आला. त्याला बोलते करण्याचा प्रयत्न चालू आहे."

"कालपर्यंत 'रघुवीर समर्थ' एवढंच बोलत होता. यापुढं फारसं बोलेल, असंही वाटत नाही. त्याचे शब्द हरपलेले आहेत. आता फार क्लेश सोसावे लागतील, असं दिसत नाही. चलावं, खानसाहेब वाट पाहत आहेत."

पंताजींनी मागे पाहिले. मागे रेशमी आवरणाने आच्छादलेली रौप्य तबके घेऊन पंताजींची माणसे उभी होती. त्यांच्यासह पंताजींनी खानाच्या डेऱ्यात प्रवेश केला.

धिप्पाड शरीराचा खान बैठकीवर बसलेला होता. पंताजींनी अत्यंत नम्रपणाने खानांना मुजरे केले. पंताजींनी खानांना वस्त्रे नजर केली आणि राजांच्या पत्राची थैली खानांना सादर केली.

अफझलखानाच्या आज्ञेने कृष्णाजीपंतांनी पत्र वाचायला सुरुवात केली...

'...आपली आज्ञा शिरसावंद्य! आपण कृपावंत म्हणूनच माझ्या गुन्ह्यांना माफी करू धजलात!

आपण मागता आहा, ते सारे किल्ले व जावळी मी द्यायला तयार आहे. ज्यांच्यापुढे नजर वर करून पाहणे कठीण, अशा आपणांसमोर मी केव्हाही कट्यार खाली ठेवण्यास तयार आहे.'

त्या पत्राने सर्वांच्या चेहऱ्यांवर उमटलेली प्रसन्नता पंताजींच्या नजरेतून सुटली नाही. पंताजी नम्रपणे म्हणाले,

"हुजूर! शिवाजीराजांनी नुसते हे पत्र पाठविलेले नाही. या नाचीज हेजिबाकरवी खासा निरोपही पाठविला आहे,"

“कहो!”

पंताजी काही बोलले नाहीत. त्यांनी डेऱ्यामध्ये उभ्या असलेल्या खानाच्या सरदारांकडे पाहिलं.

पंताजींच्या मनातला हेतू खानाने चट्कन ओळखला. त्याने हलकी टाळी वाजवली आणि त्या इशारतीबरोबर खानाचे सर्व सरदार मुजरे करून निघून गेले.

डेऱ्यात फक्त खान, कृष्णाजी भास्कर आणि पंताजी उरले होते.

खानाची नजर पंताजी गोपीनाथांच्यावर स्थिर झाली होती. पंताजींनी दीर्घ श्वास घेतला आणि ते म्हणाले,

“शिवाजीराजांच्या मनात आपल्याबद्दल दुजाभाव नाही. जसे शहाजीराजे, तसेच आपण. आपल्या मनात राजांच्याबद्दल स्नेहभाव आहे, हे राजे जाणून आहेत. तसे नसते, तर आपण आपले वकील राजांकडे पाठविले नसते. आपण मनात आणलं, तर राजांचा सहज पराभव करू शकाल, यात शंका नाही. पण असं असताही आपण राजांना भेटीची तयारी दाखवून, शिवाजीराजांनी आपला मुलूख गटकोटासह स्वाधीन करावा, एवढीच मामुली आज्ञा केलीत, ही राजांच्यावर आपण दाखविलेली दयाच आहे, असं राजे मानतात. आपल्या शौर्यामुळंच कर्नाटकातील राजे आदिलशाहीपुढं नमले. आपल्या बळावर आदिलशाही लौकिकाला चढली. आपल्या कृपाछत्राखाली राजे सुखरूप राहतील, हा राजांचा विश्वास आहे.”

अत्यंत समाधानाने आपली दाढी कुरवाळीत हुक्क्याचा आस्वाद घेत खानाने विचारले,

“बहोत खूब! तुमच्या राजांनी शहाणपणाची बात केली. तुमचे राजेसाब केव्हा भेटीला येणार?”

“क्षमा असावी, खानसाहेब! शिवाजीराजे आपल्याला फार भितात. आपल्या समोर येण्याचं धैर्य त्यांना होत नाही.”

“डर! आणि आमची? तुमच्या राजांना आम्हांला भिण्याचं काहीच कारण नाही.”

“बेअदबीची माफी असावी. पण राजांनी आदिलशाहीविरुद्ध जो बंडावा केला, त्यानं राजे शरमिंदे बनले आहेत. कोणत्या तोंडानं ते आपल्यासमोर येणार? त्याऐवजी त्यांनी आपल्याला विनंती केली

आहे, की आपण वडीलकीच्या नात्यानं त्यांच्याकडे यावं. त्यांना स्वहस्ते अभय द्यावं. आपल्या येण्यानं राजांच्या मनातली भीती नाहीशी होईल आणि राजे आपल्या राज्यासकट आदिलशाहीच्या सेवेला आपल्याबरोबर रुजू होतील.''

खानाने आपली हुक्क्याची नळी फेकली. तो उठून उभा राहिला.

''कभी नहीं! तो हरामजादा काफर मला जावळीत बोलावेल आणि माझा घात करील. हमें ये मंजूर नहीं.''

पंताजींनी नम्रपणानं सांगितलं,

''राजे कचदिल आहेत. म्हणूनच आपल्या भीतीनं ते जावळीत बसले आहेत. आपल्या भेटीखेरीज त्यांना विश्वास येणार नाही. ते जावळीबाहेर पडणार नाहीत.''

खान विचारात पडला. शिवाजी जावळीबाहेर आल्याखेरीज खानाच्या मनातील कोणतीही गोष्ट तडीला जाणार नव्हती. त्याने विचारले,

''शिवाजीने दगा केला, तर...?''

''आपण विश्वास ठेवावा. राजांच्या मनात दगा नाही.''

खानाने कृष्णाजी भास्करांकडे पाहिलं.

कृष्णाजी भास्करांनी मान डोलावली. पंताजींच्या म्हणण्याला दुजोरा दिला.

खानाने विचारले,

''तुम बम्मन हो ना?''

''जी!''

''तो कसम खा के कहो.''

थोडेही विचलित न होता पंताजी गोपीनाथांनी आपल्या गळ्यातील जानवे बाहेर खेचले आणि ते हाती धरून म्हणाले,

''आम्हांला अत्यंत पूज्य असलेल्या या यज्ञोपवीताला हाती घेऊन मी शपथपूर्वक सांगतो, आपण निर्भय मनानं राजांच्या भेटीस्तव जावळीत यावं. राजांच्या मनात दगा नाही.''

''आम्ही आलो, तर एकटे येणार नाही. आमची फौज घेऊन येऊ. चालेल?''

''अलबत! त्यासारखी आनंदाची गोष्ट नाही. आपण आपल्या सैन्यासह येऊन जावळीची जंगलशोभा पाहावी. राजांच्या पाहुणचाराचा

स्वीकार करावा. आपल्या स्वागतात राजांना आनंदच वाटेल. आपण जावळीत आलात, तर ते आनंदानं आपल्या हातानं आपली तलवार समोर ठेवतील. त्याच विश्वासाची निशाणी म्हणून राजांनी आपल्याला खास भेट पाठविली आहे.''

पंताजींनी आपल्या अंगरख्याच्या खिशात हात घातला. सावध खानाचा हात आपल्या कमरेच्या जमदाडावर गेला. पंताजींनी आपला हात खिशातून बाहेर काढला, तेव्हा त्या हातात रत्नजडित मेणात बंदिस्त असलेली सुवर्णमुठीची नाजूक कट्यार, त्याचबरोबर मखमलीची निळसर थैलीही होती. पंताजींनी थैली उघडली आणि त्यातून मोत्याचा कंठा बाहेर काढला.

निळसर झाकेच्या बोराच्या आकाराचे ते मोती पाहताच खानाचे डोळे विस्फारले गेले. त्या दोन्ही गोष्टी खानाच्या हाती देत पंताजी म्हणाले,

''हुजुरांच्या बरोबर अनेक रत्नपारखी, जवाहिरे आलेले आहेत. त्यांना कदाचित या कट्यारीची किंमत करता येईल; पण या कंठ्याची किंमत करणं कठीण!''

''शिवाजीपाशी एवढी दौलत आहे?''

''हा फक्त सागरातला थेंब आहे.''

''पण हा एवढा भारी तोहफा द्यायचं कारण?''

''क्षमा असावी. रीतिरिवाजाप्रमाणं राजांनी योग्य तो नजराणा प्रथमच आपल्या चरणी रुजू केला आहे. पण राजे आपल्याकडे आदिलशाही सेनानी किंवा शत्रू म्हणून पाहत नाहीत. शहाजीराजांचे परमस्नेही म्हणून ते आपणांस ओळखतात. आपला आशीर्वाद आणि प्रेम लाभलं, तर हा कंठाच काय, पण आपली सारी दौलत ते आनंदानं न्योछावर करतील.''

खानाची नजर हातातल्या त्या मौल्यवान वस्तूवर खिळली होती, पण त्याच्या मनातला संशय ढळत नव्हता.

''जावळी कुबल जागा! तिथं बोलावून तो काफर दगा तर करणार नाही ना?''

पंताजी गोपीनाथ हसले.

''का हसलात?'' खानाने विचारले.

''ज्यांची छाती पोलादी आहे, असे अजरख्तखाने खुदायेवदखान

आलिशान अफझलखान महंमदशाही शिवाजीराजांना भितात, यावर कोण विश्वास ठेवील? आपण राजांना आदिलशाहीच्या अवकृपेतून सोडवून घेतलंत, तर राजे तृप्त होऊन करोडो होनांची नजर आपल्या समोर ठेवतील.''

''करोडो होन?''

''राजांना आपल्याशी लढणं कठीण!''

खान विचार करीत होता.

त्याने पंताजींना निरोप दिला.

पंताजींना निवासस्थानी पोहोचवून, कृष्णाजी भास्कर परत आले, तेव्हा खान कट्यार व कंठा निरखीत बसला होता.

खानाने कृष्णाजीला विचारले,

''शिवाजी जावळी सोडून बाहेर येणार नाही?''

''हुजूर, शिवाजीचा वकील जे म्हणाला, ते अगदी खरं आहे. आपल्या भीतीनं शिवाजीनं जावळीचा आश्रय घेतला आहे.''

''आणि आम्ही जावळीत गेलो, तर...''

''त्यात हरकत कसली? शिवाजीच्या आमंत्रणानुसार आपल्याला फौजफाट्यासह जावळी खोऱ्यात पाय रोवायला मिळेल. शिवाजी सरळपणे शरण आला, तर ठीकच आहे. नाही तर आपल्या बळावर त्याला नामोहरम करणं कठीण नाही.''

''ठीक कहा तुमने! शिवाजी हरामजादा आहे. तो सरळ जंगमध्ये उतरणार नाही. आपण जावळीला जाऊ. खुशीनं आला, तर त्यांना गोड बोलून इथवर आणू, नाही तर जावळी मुलूख सफा करून शिवाजीचा मुर्दा घेऊन येऊ. कृष्णाजी, शिवाजीचा वकील चालाख दिसतो. त्याला ठेवून घे. त्याच्या मनातला विचार काढून घे.''

''जी, हुजूर!''

हातातल्या कंठ्यावरची खानाची नजर ढळत नव्हती. त्याने विचारले,

''त्या शिवाजीपाशी एवढी दौलत आहे?''

''हुजूर, बोलूनचालून शिवाजी म्हणजे एक लुटारू, पिढीजात गर्भश्रीमंत. चंद्रराव मोऱ्यांची संपत्ती त्यानं हरण केली. कल्याण खजिन्यासकट कल्याण-भिवंडी लुटली. मोंगलांची पेठ जुन्नर भरदिवसा लुटून घरी नेली. खानसाहेब, आपली गोष्ट सोडाच, पण मी साधा

वकील. मी परत येताना त्यानं मला मोत्याचा चौकडा, सुवर्णाची कडी, भरजरी वस्त्रं नुसती दिली नाहीत, तर त्याचबरोबर एक अरबी घोडा आणि पाच हजार होन दिले. जीव रक्षणासाठी तो आपलं सर्व भांडार आपल्यासमोर ठेवील.''

खानाच्या डोळ्यांसमोर अगणित संपत्तीचं भांडार दिसू लागलं. तृप्ततेनं तो म्हणाला,

''पहले त्याच्या ऐश्वर्याचे मालक होऊ; आणि मग त्या सीवाला लोखंडी पिंजऱ्यात कैद करून मिरवत विजापूर दरबारी घेऊन जाऊ.''

खानाचा निरोप घेऊन कृष्णाजी भास्कर गेले, तरी खान बराच वेळ मनाशी अफाट संपत्तीची मोजदाद करीत होता.

◆

जावळीत जाऊन शिवाजींची भेट घेणं हा अफझलखानाचा बेत त्याच्या अनेक सरदारांना रुचला नाही. पण अफझलखानाने तो विरोध न मानता भेटीचा बेत निश्चित केला. कितीही वर्षे वाट पाहिली, तरी शिवाजी जावळीबाहेर येईल, यावर खानाचा विश्वास नव्हता. त्याऐवजी शिवाजीच्या नजीक फौजेनिशी जायला मिळाले, तर त्याला ते हवे होते. एका बाजूला संपत्तीचा मोह आणि शिवाजीचा पराभव या स्वप्नात खान दंग झाला होता. एकदा शिवाजी ठरल्याप्रमाणे भेटीला आला की, तो खानाच्या तावडीतून सुटणे कठीण, हा खानाचा विश्वास होता.

पंताजी गोपीनाथ आणि त्यांच्या सरंजामाची माणसे खानाचा निर्णय समजेपर्यंत खानाच्या छावणीत पाहुणचार घेत होती. खानाच्या सरदारांबरोबर गाठीभेटी घडत होत्या. सरदारांना नजराणे, पैसे वाटीत होते; आणि एके दिवशी खानाने राजांकरिता पत्र देऊन पंताजी गोपीनाथांना सन्मानाने निरोप दिला.

पंताजींच्या वकिलीला यश आलं होतं. खान राजांच्या मुलाखतीसाठी जावळीत येणार, हे निश्चित झालं होतं.

प्रतापगडावर शिवाजी महाराज पंताजींच्या आगमनाकडे डोळे लावून बसले होते. अफझलखानाचे पत्र व निरोप घेऊन पंताजी गडावर येऊन दाखल झाले. पंताजी सदरेवर आले. राजांच्या जवळ कान्होजी, नेताजी, तानाजी, माणकोजी ही मंडळी होती. पंताजी काय निरोप घेऊन आलेत, याकडे सर्वांचं लक्ष लागलं होतं.

"बोला, पंताजी काका, अफझलखानाचा आमच्यावरचा रोष कमी झाला ना?"

"राजे, प्रथम खान काही बधेल, असं वाटत नव्हतं. पण पुष्कळ मिन्नत केल्यानंतर खान वळणावर आला. आपल्या विनंतीनुसार जावळी खोऱ्यात यायला तयार आहे. पण काही अटींवर.''

"कसली अट?''

"खान एकटा येणार नाही. त्याच्या संगती त्याची फौज, तोफखाना, सरंजाम असेल?''

"आम्ही आनंदानं ते मान्य करू. आमच्या वतीनं आपण हेच सांगितलं ना?''

"होय, राजे. वकील या नात्यानं त्या अटीला मी मान्यता दिली आहे.''

"छान केलंत. आमची तीच अपेक्षा होती.''

पंताजींच्या बातमीनं राजांना जरी आनंद झाला असला, तरी इतरांच्या नजरेत भीती उभी राहिली होती. कान्होजी जेधे म्हणाले,

"राजे खानाच्या सैन्याला जावळी खोऱ्यात आपल्या हातानं उतरू देऊ नये.''

"कान्होजी, खान सावध आहे. तो एकाकी कधीही जावळी खोऱ्यात उतरणार नाही. खानाची भेट घेतल्याखेरीज हे संकट टळणार नाही. हा धोका आपल्याला पत्करावाच लागेल.''

"पण राजे, प्रसंग पडला, तर खानाच्या फौजेपुढं आपला निभाव कसा लागणार?''

"कान्होजी, माणूसबळापेक्षाही मोठं बळ या मुलखात आपल्या पाठीशी आहे. घनदाट अरण्यानं वेढलेल्या या प्रदेशातील प्रत्येक वृक्ष, ओढे, झाडं-झुडुपं आपली रक्षणकर्ती आहेत.''

अनुभवी कान्होजींच्या मुखावर समाधानाची स्मितरेषा उमटली.

त्या रात्री राजांनी पंताजींना एकांती बोलावून घेतलं.

"पंताजी, बोला.''

"राजे, खान भक्कम बळानिशी आपल्या पारिपत्यासाठी उतरला आहे, यात मुळीच शंका नाही. सलोखा त्याच्या मनात नाही. भेटीला बोलावून, आपणांस दगा करून, कैद करून, विजापुरी न्यावं, असा त्याचा हेतू आहे.'' पंताजींनी सांगितलं.

"आणि एवढं असून खान स्वपावलानं जावळीत उतरण्यास तयार झाला?" राजांनी विचारलं.

"शत्रुगोटात तळ करण्याची संधी आणि द्रव्यलोभ ही दोन कारणं आहेत."

"वा, पंताजी! तुमच्या अचूक होऱ्यावर आम्ही प्रसन्न आहोत. तुमचा विचार काय आहे?"

"राजे, हरप्रयत्नानं खानाला मी जावळीत घेऊन येतो. तुम्ही हिंमत धरून, एकांगी करून खानास मारणे. त्याचे सर्व लष्कर साफ लुटणे. राज्य सर्व आपले करणे." पंतांनी सांगितलं.

"पंताजी, खानास मारणे एवढा एकच हेतू आमचा नाही. आम्ही आता आदिलशाहीचे आणि मोगलाईचे वैर स्वीकारले आहे. अफझलसारखी अनेक संकटं एका पाठोपाठ येणं स्वाभाविक आहे. त्यासाठी आम्ही शक्यतो लवकर जमाबंदीनं, घोडदळानं, संपत्तीनं संपन्न व्हायला हवं. खानाच्या रूपानं ती संधी आलेली आहे. त्याचा फायदा आम्हांला उठवता आला पाहिजे. खानाच्या छावणीचा अंदाज काय आहे?"

"खानाचं दहा हजारांचं घोडदळ आहे. तेवढीच फौज त्यानं बाळगली आहे. त्याचे संगती प्रबळ सरदार आणि त्यांचे कबिले आहेत. त्याच्या तळावर शेकडो लहान-मोठ्या तोफा, दारूखान्यासह सज्ज आहेत. छावणीची बाजारपेठ संपन्न असून खानाच्या संगती विजापूर शहरातील अनेक जवाहिरे आपल्याबरोबर हिऱ्या-मोत्यांच्या संदुका घेऊन आलेले आहेत. अगणित बाडबिछायत, पाली, राहुट्या, तंबू, शामियाने, डेरे यांनी खानाची छावणी यक्षनगरीसारखी भासते आहे. हजारो घोडी, शेकडो उंट, तितकेच हत्ती यांच्या चीत्कारांनी छावणी गजबजून गेली आहे."

"वा, पंताजी, सुरेख वर्णन केलंत. त्याचसाठी आम्ही म्हणतो, की खानास मारल्याविना राज्य साधत नाही."

राजांच्या त्या उद्‌गाराने पंताजी विचारात पडले. राजांनी विचारलं,

"का, पंताजी, बोलत का नाही?"

"राजे! खान गारद करणं एवढं सहज नाही. तो नजरेनं सावध आणि कपटनीतीत तज्ज्ञ आहे, याचा विसर नसावा."

"आम्ही ते विसरलो नाही!" राजे म्हणाले. "पण खानास सोडून

राज्य उभं राहणार नाही; हेही सत्य आहे.''

''पण...'' पंत म्हणाले. ''खान बळानं भारी आहे.''

''असं तुम्ही समजता! खान मुसलमान, म्हणून आम्ही त्याचा द्वेष करीत नाही. आज आमचे बारा गड असले, ते शिबंदीनं मजबूत असले, तरी ज्यांच्या साहाय्यानं गड राखायचे, त्या तोफा, बंदुकी यांचा अभाव आहे. उद्याच्या प्रबळ शत्रूबरोबर हे गड झुंजवायचे कसे?''

''हळूहळू...'' पंत चाचरले.

''हळूहळू? पंत, तेवढी उसंत कोण देतो? आमचं राज्य म्हणजे काय तुळशीवृंदावनातलं रोपटं नव्हे, की जे मायेनं, श्रद्धेनं जपलं जाईल. नाही, पंत, खान शेकडो तोफा, बंदुका, दारूगोळा यांनिशी येतो आहे. हजारो घोडी, शेकडो हत्ती, उंट यांनी तो सज्ज आहे. अगणित संपत्ती त्याच्याजवळ आहे. हे सारं आपल्याला सुरक्षितपणे मिळवायला हवं. हे साधलं, तर एका रात्रीत आपले बारा गड मातब्बर बनतील. हजारो घोड्यांच्या पावलांनी आपला मुलूख मोकळा करता येईल. उद्या उतरणाऱ्या संकटाची भीती आम्हांला उरणार नाही. संधी एकदाच येते, ती साधायला हवी.''

''राजे, खानाची छावणी पाहत असता एक नको ते दृश्य पाहिलं.''

''कसलं दृश्य,पंताजी?''

''खानाच्या डेऱ्यासमोर उभ्या केलेल्या उंच ध्वजस्तंभाला एक संन्यासी बांधला होता. हबश्यानं मारलेल्या कोरड्यांमुळं त्याची रक्तबंबाळ पाठ ठायी- ठायी फुटली होती.''

''पण कशासाठी?''

''तो नजरबाज असावा, असा खानाचा संशय होता. तुळजापूरपासून तो खानाच्या छावणीबरोबर फिरत होता, असं म्हणतात.''

''मग तो काय बोलला?''

''जय जय रघुवीर समर्थ याखेरीज तो काहीच बोलला नाही.''

''त्याचं नाव कळलं?''

''त्यानं चिदंबर म्हणून सांगितलं, असं कृष्णाजी सांगत होते.''

''चिदंबर!'' राजे उद्गारले. राजांच्या डोळ्यांसमोर समर्थांचं पत्र घेऊन आलेला निकोप, सुदृढ प्रकृतीचा, तेजस्वी चेहऱ्याचा चिदंबर उभा

राहिला.

"पंताजी, आम्ही त्या चिदंबराला ओळखत होतो. कृष्णाजी भास्करांच्या करवी रदबदली करून त्याला सोडवून घेतलं असतं तुम्ही, तर."

"तर खानाचा संशय बळावला असता." पंताजी म्हणाले.

"माझ्या मनातसुद्धा संन्याशाबद्दल दया निर्माण झाली. पण दुसऱ्याच दिवशी त्या संन्याशानं आपली सोडवणूक करून घेतली."

"तो पळून गेला?" राजे आनंदाने म्हणाले.

"पाच दिवसांच्या अखंड यातना काहीही न बोलता सहन करून चिदंबर मृत्यूच्या हवाली झाला."

ते ऐकून राजांचा कंठ दाटून आला.

"या आमच्या राज्यापायी किती लोकांना केवढे कष्ट, केवढा त्याग करावा लागतो. आमचे नजरबाज हरहुन्नरी, जितके जास्त खोटं बोलतील, सोंगाची सफाईनं बतावणी करतील; तितके ते जास्त हुशार. अधिक कर्तबगार. आमचा हेर खानाच्या हाती सापडला असता, तर खानाची स्तुती आणि आमची निंदा करून त्यानं आपलं सोंग वठवून नेलं असतं. पण हा चिदंबर पडला संन्यासी. समर्थ-शिष्य. ही सरळमार्गी, निष्ठावंत, सज्जन! ती आडमार्गाची कास धरतील कशाला? असल्या बलिदानानं आमच्या मनाला अपार कष्ट होतात."

पंताजी म्हणाले,

"उद्या येणाऱ्या यशासाठी असे जीव खर्ची घालावेच लागतात."

"म्हणून त्या कारणास्तव संन्याशांचे बळी!"

"राजे, आपल्या यशासाठी तुळजापूर, पंढरपूर या दैवतांनी खानाचा उपद्रव सहन केला. संन्याशांनी रक्त सांडलं. असं घडल्याखेरीज खानाच्या पातकांचा घडा लवकर भरेल कसा? राजे, आपलं यश यानं निश्चित झालं आहे."

पंताजी राजांचा निरोप घेऊन गेले. पण चिदंबरच्या आठवणीनं व्याकूळ बनलेलं राजांचं मन तळमळत राहिलं.

अफझलखान शिवाजीराजांच्या भेटीला येणार, या बातमीने जावळी खोऱ्यात गोळा झालेल्या राजांच्या फौजेत नवा उत्साह संचारला. राजांचे लहान-थोर सरदार मावळे नवी कामगिरी स्वीकारण्यासाठी जमले. राजांच्या गोटात अखंड खलबते चालली होती. तानाजी, येसाजी यांच्यासारखे तरुण मनातल्या ईर्षेने बसल्या जागी अस्तन्या आखडीत होते, तर कान्होजी, शामराजपंत, माणकोजी यांच्यासारखे वयोवृद्ध येणाऱ्या संकटाची चाहूल जागरूकपणे घेऊन विचार करीत होते.

वाई येथून अफझलखानातर्फे कृष्णाजी भास्कर आणि प्रतापगडावरून राजांच्यातर्फे पंताजी गोपीनाथ हे एकमेकांच्या छावणीत जाऊन भेटीची बोलणी पुढे नेत होते आणि याचा फायदा घेऊन दोन्ही गोटांचे नजरबाज निरनिराळ्या वेशाने जाऊन बातम्या काढत होते.

शेवटी वकिलांच्या बोलण्याला यश आलं आणि खान जावळीत यायला तयार झाला. खान पंताजींना म्हणाला,

''शिवाजीराजांची भेट घ्यायला आम्ही तयार आहो. पण आमच्या इतमामाप्रमाणे आमची व्यवस्था झाली पाहिजे.''

''त्याची चिंता करू नये. आपली सर्व व्यवस्था आपल्या कीर्तीला आणि लौकिकाला शोभेल, अशा दरबारी थाटातच होईल. पण त्यासाठी एक अर्ज आहे.''

''कहो!''

''दिल्या वचनाप्रमाणे आपल्या भेटीत शिवाजीराजे आपली सारी दौलत हुजुरांच्या पायी निछावर करतील; पण त्या आनंदाच्या प्रसंगी आपल्याबरोबर आलेल्या सरदारांचाही सत्कार राजांना करावा लागेल.

त्यासाठी आपण जावळीत येताना आपले जवाहिरे आपल्या संगती आणले, तर राजांना जवाहीर खरेदी करून आपल्या सर्व सरदारांना सन्मानित करता येईल.

"क्यूं नहीं? राजासाब बडा दिलदार मालूम पडता है। हमारे सब मोतिये, जवाहिरे, नगीनेवाले हमारे साथ आयेंगे।''

खान जावळी खोऱ्यात येण्याची तिथी निश्चित करून पंताजी गोपीनाथ समाधानाने प्रतापगडावर आले.

◆

दिवस वर येऊन बराच अवधी झाला होता. राजे आपल्या निवडक सहकाऱ्यांसह गडाच्या माचीवर उभे होते. समोर घनदाट अरण्यानं व्यापलेलं जावळी खोरं नजरेत येत होतं. उन्हे चढल्याने पहाटेपासून उठणारे जंगलावरचे पक्ष्यांचे आवाज थांबले होते. निरभ्र आकाशात एखादी घार घिरट्या घालताना दिसत होती. त्या घनदाट अरण्याच्या पाठीशी उभा ठाकलेला महाबळेश्वरचा डोंगर दृष्टिपथात येत होता. राजांचं अश्वपथक गडाच्या प्रथम दरवाजापाशी राजांची वाट पाहत उभं होतं. खान जावळीत उतरणार होता. त्याच्या स्वागताची योजना राजे मनाशी आखीत होते.

गडावरून दिसणाऱ्या जावळी खोऱ्यावरून दृष्टी फिरत असता राजांच्या मनात एकेक बेत पक्के होत होते. खानाच्या वास्तव्यासाठी राजांनी कोयना खोरे निश्चित केले. कोयना खोऱ्यातल्या फेरफटक्यासाठी राजे आपल्या सहकाऱ्यांसह गडाखाली उतरले.

दुतर्फा रानाची सावली अंगावर घेत कोयना नदी वाहत होती. पर्जन्य काळी धारण केलेलं तिचं रौद्ररूप आता शांत झालं होतं. त्या कोयनाकाठी पार गावानजीक असलेली मोकळी जागा राजांनी खानाच्या छावणीसाठी निवडली. छावणीलगत छावणीचा विस्तार वाढविण्यासाठी असलेली झाडे तोडून मैदान साफ करण्याची आज्ञा राजांनी दिली.

कान्होजीनं विचारलं,

"राजे, या रानात खान उतरणार कोठून?"

राजांनी महाबळेश्वरकडे बोट दाखवत सांगितले,

"खान आपल्या फौजेनिशी रडतोंडीच्या घाटानं उतरेल. त्यासाठी पार गावापासून घाटमाथ्यापर्यंत खानाचा रस्ता तयार करा. त्याखेरीज

एकही नवी वाट पाडू देऊ नका.''

राजे कोयना खोऱ्यातून गडावर आले आणि दुसऱ्या दिवसापासून कोयना खोरे दिवस-रात्र माणसांच्या वर्दळीने गजबजून गेले. झाडे तोडून खानाची वाट तयार केली जात होती. खानाच्या छावणीची जागा चारीबाजूंनी वेढलेल्या हिरव्या गर्द रानात पाचूमध्ये जडवलेल्या प्रवाळासारखी दिसू लागली.

छावणीची व्यवस्था झालेली कळताच वाईवरून खानाचा सरंजाम जावळीकडे चालू लागला. शेकडो हत्ती, शेकडो उंट, हजारो घोडे जावळीकडे जात होते. अवघड तोफांचे गाडे उंट-बैलांकरवी खेचले जात होते. सरळ मार्गावरून चालून सवय झालेल्या त्या जनावरांचे व फौजेचे मुक्काम गाठेपर्यंत अतोनात हाल झाले. दाट अरण्यातून दरीखोरी ओलांडत तो सरंजाम रडतोंडीचा घाट उतरून कोयना खोऱ्यात आला खरा.

छावणीच्या मोकळ्या जागेवर खानाचे शाही डेरे उभारले गेले. तंबू, शामियाने काढण्याच्या तणावावर उभे ठाकले. हजारो घोड्यांची पागा सजली. साखळदंडांनी ठाणबंद केलेले हत्ती उभ्या जागी झुलू लागले. उंटांच्या तांड्यांनी पूर्वेचा माळ व्यापला. तोफांचे अवजड गाडे छावणीच्या चारी बाजूंना विखुरले. पुढे आलेल्या बाजारबुणग्यांनी छावणीवर आपला बाजार थाटला. आलेल्या पाहुण्यांची व्यवस्था राजांनी उत्कृष्ट ठेवली होती. राजांची माणसं खानाच्या फौजेची काही आबाळ होऊ नये, म्हणून दक्षतेने छावणीवर राबत होती. ऐशारामांचे भोक्ते असलेले खानाचे सरदार त्या हरहुन्नरी सेवकांना पाहून समाधानी बनले होते.

खानाच्या वास्तव्यासाठी कोयना खोऱ्यात जशी जागा निवडली होती, तशीच गडतळाला किल्ल्याच्या बुरुजाखाली गडाच्या प्रथम माचीवर राजांनी भेटीच्या सदरेची जागा निवडली होती. ही जागा अशा ठिकाणी होती की, गडावरच्या माणसांना तेथे चाललेला तमाशा स्पष्टपणे दिसावा. गडाच्या तटावरील तोफांच्या भोकांतूनही ही सदरेची जागा आणि कोयना खोऱ्यातील खानाच्या फौजेचा गोट स्पष्टपणे दिसे. भेटीसाठी राजांनी सजवलेली सदर अफझलखानाच्या इतमामास शोभेल, अशीच होती.

ज्या माचीवर ही भेट घडणार होती, त्या माचीच्या मोकळ्या पटांगणावर भगव्या रंगाचा भव्य डेरा उभारला होता. त्या डेऱ्याला चंदराई सुवर्णकळस लावले होते. डेऱ्याच्या छतावर मध्यभागी तांबड्या अलवानाची कमळाकृती झालर डेऱ्याच्या कळसाला शोभा आणीत होती. आतली बैठक उंची मखमलीने आच्छादली होती. मोत्याच्या झालरी आणि कलाबुतीचे पडदे यांनी शाही थाटाची आठवण होत होती. या डेऱ्यात एक प्रशस्त चौथरा तयार केला होता. त्यावर घातलेलं जरी कलाबुतींचं आच्छादन आणि त्याला शोभेल, अशाच गिरद्या-तक्क्यांनी ती बैठक सुशोभित झाली होती. चारी बाजूंनी असलेल्या दाट रानाच्या कुंपणाने ती जागा बंदिस्त बनली होती. अपवाद म्हणून खानाच्या छावणीकडून आणि गडावरून येणाऱ्या दोनच वाटा दिसत होत्या.

राजांनी स्वत: येऊन जेव्हा ती जागा पाहिली, तेव्हा राजांच्या आज्ञेबरहुकूम सदर तयार करणाऱ्या अनाजी मलकऱ्यांचं राजांनी कौतुक केलं आणि म्हणाले,

"मलकाजी, डेरा छान सजवलात. आणखीन जेवढा सजवता येईल, तेवढा सजवा. आदिलशाहीचं ऐश्वर्य फिकं वाटावं, एवढा सजवा. कसलीही कमतरता पडू देऊ नका."

ज्या दिवशी अफझलखान कोयना खोऱ्यात उतरणार होता, त्या दिवशी गडावरून पंताजी गोपीनाथ खानाच्या भेटीसाठी निघाले. हजारो फौजेने आधीच मळून ठेवलेल्या वाटेवरून खानाची पालखी विनासायास कोयनेच्या खोऱ्यात उतरली. पंताजींनी खानाचं स्वागत करताना हजारो मोहरांनी भरलेली सात तबके निसारत म्हणून खानाच्या पायांशी ठेवली. चारी बाजूंनी रानानं वेढलेला तो मुलूख आणि त्या रानावर उठून दिसणारा आकाशात चढलेला प्रतापगड खान कमरेवर हात ठेवून पाहत होता. समोर ठेवलेल्या तबकांकडे खानाचं लक्ष गेलं. आपली दाढी कुरवाळत तो म्हणाला,

"याची जरुरी नव्हती."

पंताजी नम्रपणाने म्हणाले,

"आपण राजांच्या आमंत्रणानुसार राजांच्या मुलखात आलात, हा राजे आपला गौरव समजतात. आपल्या पावलांनी ही भूमी धन्य झाली.

ज्या पावलांनी ही कृतार्थता आणली, त्या पावलांचं स्वागत सुवर्णाच्या पायघड्यांनीच केलं पाहिजे, असं राजे म्हणाले.''

खान प्रसन्नपणे हसला. तो म्हणाला,

''तुमचे राजे मनाचे दिलदार, वचनाचे सच्चे दिसतात.''

खानाच्या बोलण्याचा गर्भितार्थ जाणून पंतांनी उत्तर दिलं,

''राजे दिल्या वचनात कधीही बदल करत नसतात.''

''तुमच्या राजांना सांगा. आम्ही त्यांच्या भेटीसाठी तरसतो आहोत.''

खानाने कृष्णाजी भास्कर आणि पंताजी गोपीनाथसह आपल्या निवासाच्या जागी प्रवेश केला. शाही ऐश्वर्याने संपन्न असलेला तो निवास पाहून खान समाधानी बनला.

बैठकीवर बसून हुक्क्याचा स्वाद घेत असता खानाने विचारले,

''शिवाजी राजे केव्हा येणार?''

ज्या प्रश्नाला पंताजी भीत होते, तो प्रश्न खानाने विचारला होता.

पंताजी गोपीनाथांनी कृष्णाजी भास्करांकडे पाहिलं.

कृष्णाजी भास्करांनी सांगितलं,

''हुजूर, आपल्या आणि शिवाजीराजांच्या भेटीसाठी जावळी गड आणि आपली छावणी यांच्या मध्यभागी शिवाजीराजांनी भेटीसाठी खास जागा तयार केली आहे.''

''लेकिन क्यों? इथं तो शिवाजी का भेटत नाही?''

पंताजी म्हणाले,

''राजे कचदिल आहेत खरे; पण सावधही आहेत.''

''मतलब?''

''राजांची इच्छा आहे, की प्रथम भेट एकांती व्हावी. इथं आपले सरदार आहेत. भेटीच्या गोष्टी गुप्त राहणार नाहीत. राजांना मोकळेपणानं बोलता येणार नाही. आपल्या पुढं सुपूर्द करावयाच्या गोष्टी उघडपणानं करता येणार नाहीत.''

खानाच्या डोळ्यांसमोर अगणित संपत्तीचा पर्वत झगमगू लागला.

भेटीचा तपशील ठरविण्यासाठी खानाने कृष्णाजी भास्करांना पंताजी गोपीनाथांबरोबर शिवाजीराजांच्या भेटीला जाण्याची आज्ञा केली.

हळूहळू कोयना खोऱ्यावर रात्र उतरली, भोवतालच्या रानात रातकिड्यांनी साद धरला. वाघळाचे थवे रानावर फडफडू लागले.

मध्येच उठणाऱ्या घुबडांच्या आवाजानं रान जागू लागलं. खानाच्या छावणीवर हजारो पेटलेले टेंभे वाऱ्यावर फरफरत होते. छावणीची जागा त्या प्रकाशात उजळली होती. खान आपल्या सरदारांसह भेटीचा विचार करीत होता. मांडीवर मूठ मारीत खान गर्जला,

"अब काफर सीवा हमारे पंजे में आ गया! देखेंगे, कहाँ भागता है? सीवाला गिरफदार करून, त्याचा मुलुख बेचिराख करून, आम्ही परत जाऊ,"

अफझलखानाचा मुलगा फाजलखानाने शंका व्यक्त केली.

"अब्बाजान, आपण सीवाला भेटायला जाणार?"

"तो क्या हुआ?"

"तो सीवा दगाबाज आहे, असं प्रतापरावजी मोरे म्हणाले होते."

प्रतापरावजी मोऱ्यांनी फाजलखानच्या म्हणण्याला दुजोरा दिला.

खान मोठ्याने हसला.

"फाजल! दगाबाजी? त्या सीवाकडून दगाबाजी शिकण्याची आम्हांला गरज नाही. त्याचसाठी आम्ही सीवा म्हणेल, तिथं भेटायला जाऊ. तो कचदिल आहे, हे आम्हांला माहीत आहे. त्या सीवाला लोखंडी पिंजऱ्यात घालून विजापूरच्या दरबारी नेण्याचा अधिकार तुलाच असेल."

खानाच्या त्या विजयाच्या मनोराज्यानं साऱ्यांच्या चेहऱ्यांवर समाधान पसरलं.

दुसरे दिवशी खानाचा मुलगा फाजलखान भेटीची जागा पाहून आला. ती ऐश्वर्यसंपन्न भेटीची जागा पाहून त्याने खानाजवळ समाधान व्यक्त केलं.

◆

भेटीचा तपशील ठरवून कृष्णाजी भास्कर आणि पंताजी गोपीनाथ खानाच्या छावणीवर परतले. खानासमोर भेटीचा प्रस्ताव करीत असता पंताजी म्हणाले,

"आपण शूर योद्धे मनानं उदार आहात. म्हणूनच राजांनी निवडलेल्या भेटीच्या जागेला मान्यता दिलीत. त्याबद्दल राजांनी आपणांस धन्यवाद दिले आहेत. आपणां दोघांची भेट सर्व दृष्टींनी सुरक्षित व्हावी, म्हणून राजांनी दक्षतापूर्वक भेटीची योजना आखली आहे, ती आपण मंजूर करावी. अशी राजांनी नम्रतापूर्वक विनंती केली आहे."

"बोलो, मुलाकात कैसी होगी?"

"भेटीसाठी दोघांनी सशस्त्र यावं."

"मंजूर!" खानाचे डोळे आनंदाने चमकले.

"सदरेत कोणीही दोनपेक्षा अधिक खासबदार आणू नयेत."

"मंजूर!"

"प्रथम खानसाहेबांनी भेटीच्या जागी यावं आणि राजांची वाट पाहावी."

"नामंजूर! नामुमकिन! सीवा कोण समजतो स्वत:ला, की आम्ही त्याची वाट पाहावी." खानाच्या डोळ्यांत दगा तरळला.

"गैरसमज होतो." पंताजी शांतपणे म्हणाले. "राजे स्वत:ला आपल्यापेक्षा मोठे कसे समजतील? आपल्या नजरेला नजर भिडवण्याची त्यांची हिम्मत नाही, हे ते जाणतात. पण राजे आपल्याला भितात. भेटीच्या स्थळी आपण आधी आलात, तर राजांना विश्वास वाटेल. राजे आपल्या भेटीला येतील. आपण वडीलकीच्या नात्यानं राजांना दिलासा देऊन बरोबर राजास घेऊन जावं."

"फिर भी..." खान चिंतातुर होता.

"माफी असावी." कृष्णाजी भास्कर म्हणाले, "शिवाजीराजांनी मांडलेला प्रस्ताव आपल्या हिताचाच आहे."

"तो कैसा?"

"आपण प्रथम भेटीच्या जागी गेलात, तर तिथं आपल्याखेरीज कोणीही असणार नाही."

"ठीक है! आगे चलो."

पंताजींनी भेटीच्या अटी सांगायला सुरुवात केली.

"दोघांच्याही रक्षणासाठी दहा सैनिक बरोबर आणण्यासाठी मुभा असावी. ते सैनिक भेटीच्या जागेपासून बाणाच्या टप्प्यावर दोन्ही बाजूंना उभे राहतील."

"ठीक है!"

"दोघांच्या भेटी एकांतातच व्हाव्यात."

"वैसा ही होगा!"

पंताजी गोपीनाथांच्या मनावरचं ओझं उतरलं.

एक दिवस आड करून भेटीचा दिवस ठरला.

पंताजी म्हणाले,

"एक अर्जी आहे."

"कहो!"

"आपला आदरसत्कार राजे आनंदानं करतीलच; पण तो केल्यानंतर राजांना स्वत:जवळ काही राखून ठेवता येणार नाही. सलोखा झाल्यानंतर आपल्या सरदारांचा सन्मान करावा, याची राजांना खंत वाटते. त्यासाठी आपले जवाहीर गडावर आले, तर राजांना खरेदी करता येईल. आपले सरदार त्यांनी भूषविले जातील."

"बेशक! क्यूं नहीं? हमारे जवाहिरे आपके साथ आयेंगे।"

खानाच्या आज्ञेने हिऱ्या-मोत्यांच्या संदुका तोलणारे सेवक घेऊन जवाहिरे, मोतिये पंताजींच्या बरोबर प्रतापगडाची वाट चालू लागले.

◆

प्रतापगडच्या सदरेवर जवाहिरे हजर झाले. सदरेच्या बिछायतीवर आपल्या संदुकांतला माल पसरून ते राजांची वाट पाहत होते.

राजे सदरेवर आले. राजांनी सर्व माल शांतपणे पाहिला. मोरोपंतांना ते म्हणाले,

"मोरोपंत, फार देखणे नग आहेत. आमच्या मनासारखे. यांतला कुठलाही नग नाकारावासा वाटत नाही. मोतियांच्या बरोबर, जवाहिऱ्यांच्या बरोबर बोलणी करून त्यांची किंमत ठरवून घ्या. खानसाहेबांची मुलाखत झाली, की आम्ही किंमत अदा करू."

एकटाकी एवढी मोठी खरेदी होईल, असं स्वप्नातही त्या जवाहिऱ्यांना वाटलं नव्हतं. राजांच्या ऐकलेल्या ऐश्वर्य-संपन्नतेची त्यांना खातरी पटली.

राजांनी मानवस्त्रे देऊन त्यांचा सत्कार केला आणि गडावर राहण्याची आज्ञा केली. वारंवार मुजरे करीत, पाठ न दाखविता मागे सरकणारे ते जवाहिरे हर्षभरित अंत:करणाने गडावरच्या आपल्या निवासाकडे गेले.

ते जाताच माणकोजी हसले. म्हणाले,

"राजे, शुभशकुन घडला. लक्ष्मी आपल्या पावलांनी चालत गडावर आली."

पण राजांचा चेहरा निर्विकार होता. त्या चेहऱ्यावर चिंतेची सावली तरळून गेली. ते म्हणाले,

"माणकोजी, लक्ष्मीच्या हव्यासानं आम्ही हे श्रींचं राज्य उभं केलं नाही. लोककल्याण हा एकच हेतू मनाशी आहे. ते साधण्यासाठी यापेक्षाही करोडो मोलाची किती रत्नं आम्हांला गमवावी लागतील, या भीतीनं आमच्या जिवाचा थरकाप होतो. भेटीचा दिवसही निश्चित झाला

आहे. आता क्षणाचीही उसंत घेऊन चालणार नाही. सदरेवर सारे गोळा करा.''

राजांची सदर भरली. पंताजी काका, मोरोपंत, सुभानजी इंगळे, कान्होजी जेधे, माणकोजी दहातोंडे, झुंझारराव मरळ, जिद्दी इब्राहीम, कृष्णाजी गायकवाड, काताजी इंगळे, अनाजी, येसाजी असे सारे जिवलग सदरेवर गोळा झाले होते. ज्या क्षणाची वाट ते पाहत होते, तो क्षण आता नजीक आला होता. साऱ्यांच्या मुद्रा आता गंभीर झाल्या होत्या. प्रत्येकाच्या मनात एकाच वेळी वीरश्री आणि काळजी, संताप आणि सूड उफाळत होता. राजे कोणती कामगिरी आपल्याला सांगतात, याकडे सर्वांचे लक्ष लागून राहिले होते. राजांची प्रथम दृष्टी कान्होजींच्याकडे वळली.

''कान्होजी, तुम्ही तुमच्या माणसांकरवी कारीला निरोप पाठवा. तुमचे सर्व देशमुख आपल्या शिबंदीसह खानाच्या वाई छावणीभोवती नजर ठेवून राहू देत. कौल दिल्यावर छावणी गारद झाली पाहिजे.''

''आणि आम्ही?'' सुभानजी इंगळ्यांनी विचारलं.

राजे हसले,

''वय झालं, तरी तुमचं मनगट शाबूत आहे, हे आम्ही जाणतो. आम्ही खानाच्या भेटीला जाऊ. काही दगा-फटका झाला, तर पार नजीक असलेली खानाची छावणी सावध होईल. कदाचित माचीच्या रोखानं ते खानाच्या बचावासाठी धावत सुटतील. तुम्ही आणि सर्जेरावांनी आपल्या शिबंदीसह पाराच्या वाटा रोखा. हैबतराव आणि बाळाजी नाईक शिळमकर यांना आम्ही घोळीच्या घाटात ठेवलं आहे. ते खानाच्या फौजेस घाट चढू देणार नाहीत.''

राजांची नजर नेताजीकडे वळली.

''नेताजी, इशारतीचे आवाज झाले की, खानाच्या छावणीवर तुटून पडा.''

राजे प्रत्येकाला आपापली कामगिरी समजावून सांगत होते. ढवळे घाटातल्या चंद्रगडावर असेच लोक नेमले. ही दिसायला लहान जागा, पण त्या जागेवरून सर्व मुलूख स्पष्ट दिसत होता. साऱ्या जावळी खोऱ्याच्या रानातून राजांनी आपली सारी फौज पेरली. भिल्ल-रामोश्यांच्या

जमावाला घेऊन झाडांच्या आश्रयाने वाटा अडवण्याचे काम बंका रामोश्यावर सुपूर्द करण्यात आले. बंका रामोश्याचा बाप शिवा रामोशी म्हणाला,

"महाराज, मला कामगिरी..."

शिवा रामोशी याने फत्तेखानाच्या लढाईत राजांना मदत केली होती. अर्धे आयुष्य उलटण्याआधीच त्या लढाईत जायबंदी होऊन तो पायाने लंगडा झाला होता. राजांनी मुद्दाम म्हणून डोली पाठवून त्याला गडावर बोलावून घेतले होते.

"शिवा, तुला कामगिरी एकच! आम्ही कामगिरी कशी करतो, ते वडीलकीच्या मायेनं तू आणि माणकोजी गडावरून पाहा, अरे, आम्ही पराक्रम करून गडावर आलो, तर आमचं कौतुक करणारं कोणी तरी हवं ना? सारेच मुलुखगिरीत गुंतले, तर आमचं कौतुक कोण करणार?"

सारी सदर हसली. शिवा रामोश्याचं भाबडं मन राजाच्या बोलांनी गहिवरलं. साऱ्यांना कामगिऱ्या मिळाल्या. पण येसाजी, तानाजी तसेच मोकळे राहिले होते. तानाजी मनातून संतापला होता. त्याला संयम राखता आला नाही. तो म्हणाला,

"शिवबा, तुम्ही येशीला, तवा आमी सदरची बैठक साफसूफ करायची, न्हवं?"

राजे मनमोकळेपणाने हसले. डोळ्यांत पाणी तरळेपर्यंत हसले. त्या हसण्याने तानाजी बसल्याजागी संकोचून गेला. राजे म्हणाले,

"नाही तरी, तानाजी, येसाजी, तुमचं तेच काम. आमची सदर तुम्ही राखायची नाही तर कुणी राखायची? पण ती सदर ही नव्हे. तुम्ही उद्या आम्ही खानाच्या भेटीसाठी माचीवर उतरू, तेव्हा ती माची राखायची. तानाजी, येसाजी, हिरोजी तुम्ही तिघांनी शामियान्याच्या भोवती असलेल्या रानात चरी खोदल्या आहेत, त्या चरींत दबून राह्यचं. तुमच्याबरोबर जसे पटाईत असतील, तसेच बाणकरी घ्या. जेव्हा इशारत होईल, तेव्हा माचीवर असलेले खानाचे लोक आवाज न होता जागच्या जागी गारद झाले पाहिजेत. आमची गडाकडे येण्याची वाट सुरक्षित राहिली पाहिजे. माघारी आलो, तर तुमच्याच बळावर आम्ही सुरक्षित गडावर येऊ. ही जोखमीची सदर तुम्ही सांभाळा."

राजांनी टाकलेली ती जोखमीची कामगिरी ऐकून बसल्या जागी

तानाजी, येसाजी, हिरोजी यांची छाती अभिमानाने फुगली. छातीवरचे बंद तटतटले.

राजांनी प्रत्येकाला आपापली कामगिरी सांगितली. अंगावर आलेली जबाबदारी निष्ठेने पार पाडण्यासाठी प्रत्येकाची मने आतुरली होती.

राजांनी अखेरचा सावधगिरीचा इशारा दिला.

"कामगिरी मोठी जोखमीची. एकाचा जरी पाय फसला, तरी हिमतीनं रचलेला डाव उधळला जाईल. खानाची आमची भेट घडेल. त्या भेटीत काय घडतं, इकडे कोणीही लक्ष द्यायचं नाही. भेटीनंतर, भेट झाल्याची इशारत म्हणून शिंगाचा आवाज होईल. तो होताच गडावरची तोफ उडवली जाईल. तोफेचा आवाज झाला, की सर्वांनी खानाच्या छावणीवर तुटून पडायचं. शरण येतील, त्यांना अभय द्या. इतरांची गय करू नका. खानाच्या छावणीवरचा सरंजाम सुखरूपपणे हाती लागला पाहिजे. जाळपोळ होता कामा नये. खानाचे घोडे, उंट, हत्ती आमच्या हाती सुरक्षित यायला हवेत. रात्र पडली की, साऱ्यांनी आपापल्या जागा हशमांसह डोळ्यांत तेल घालून राखा."

संध्याकाळ होत आली, तसे भरल्या मनानं राजांना मुजरे करून, सावधगिरीचा सल्ला देऊन, राजांची जिवलग मंडळी जावळी रानात विखुरलेल्या आपापल्या तळाकडे निघून गेली. राजांच्या जवळ मोजकी माणसे उरली होती. सदरेवर त्यांची कुजबूज चालली होती.

राजांच्या महालात राजे पाठीवर हात बांधून येरझाऱ्या घालीत होते. राजांचा नजरबाज प्रमुख बहिर्जी नाईक अदबीने उभा होता. खानाच्या गोटाच्या बातम्या राजांच्या कानांवर घालीत होता.

"खानाचा गोट बेसावध आहे. जेवण-खाणं, नाच-गाणं आणि सरबराई यांमुळं सारे खूश आहेत. ठायी-ठायी आपली माणसं पेरली आहेत. खानाच्या छावणीत रामोशी, बेरड, कलाबुते पेरले आहेत. पाणक्यापासून वाढप्यापर्यंतची कामं त्यांना विश्वासानं सांगितली जात आहेत."

"आणि, बहिर्जी, तू?"

बहिर्जी हसला. म्हणाला,

"राजे, नको ते काम मला मिळालंय. छावणीचा लाकूडफाटा

बघायचं काम माझं आहे.''

''सकाळभर रानातनं येणाऱ्या मोळ्या मोजाव्या लागतात.''

''मग त्यासाठी रानातून फिरत असशीलच!'' राजांनी विचारलं, बहिर्जीनं राजाचा रोख जाणला. त्यानं सांगितलं,

''शिव्या रामोश्यानं काम चोख केलंय. भारे आणणारी माणसं त्याचीच आहेत. खानाच्या गोटाकडे जाणाऱ्या साऱ्या वाटेवरची मोक्याची झाडं त्यानं खापलून खच्ची करून ठेवल्यात.''

''छान! आणि खानसाहेब काय म्हणतात?''

''खान भारी आहे. दीड गज उंच आहे. दोन वावेचा घेर आहे. पहार वाकवून परत सरळ करण्याचं त्याचं बळ आहे. कलकलेची तोफेची गाडी मौजेखातर त्या एकट्यानं सरळ केलेली मी पाहिली आहे.''

''बोल पुढं.''

''विजापूरहून येताना तो साठ बेगमा मारून आला, असं म्हणतात. खान निघाला, तेव्हा त्याचा हत्ती मेला. निशाणीची काठी मोडली. त्याचा एक अवलिया गुरू होता. त्याचा आशीर्वाद घ्यायला तो गेला, तर त्या अवलियाला खानाचं डोकं दिसलं नाही, असं छावणीत बोललं जातं.''

''खानांना झालेल्या अपशकुनानं आपण हुरळून जायचं काहीच कारण नाही. उलट, अधिक सावध बनलं पाहिजे. कारण झालेल्या अपशकुनानं माणसं अधिक सावध बनतात. खानाबरोबर रक्षक म्हणून कोण येतो?''

''सय्यद बंडाखेरीज खानाचा कोणावरही विश्वास नाही. बडा सय्यद म्हणून तो ओळखला जातो.''

''त्याची तारीफ?''

''खानाच्या उंचीचा, पोलादी हाडाचा तो आहे. पट्टा फिरवण्यात त्याचा हात धरणारा कोणी नाही, असं सांगतात.''

''मतलब?''

''नऊ हातांवरचा माणूस गारद करून, पुढचा हात करण्याआधी क्षणात तो आपली पहिली जागा घेतो.''

''आणि दुसरा रक्षक?''

''कोणी येईल, असं वाटत नाही.''

“खानाची लकब!”

“खान सदैव मग्रुरीत वावरतो. सावधपणे सर्व पाहतो. डावा हात सदैव कमरेच्या जमदाडावर ठेवण्याची त्याची लकब आहे.”

“वा! बहिर्जी, बहिरी ससाण्याच्या नजरेनं गोट हेरलास खरा! तू जा. तुला वेळ होईल.”

“राजे!” बहिर्जी अडखळला.

“काय, बहिर्जी?”

“मी आजवर काही मागितलं नाही.”

“काय हवं?”

“खानाच्या भेटीला जाताना मला संगती न्या.”

राजे प्रेमभराने पुढे झाले. क्षणभर बहिर्जीला उराशी कवटाळलं. बहिर्जीच्या पाठीवर प्रेमाचा हात ठेवत राजांनी सांगितलं,

“बहिर्जी, आमची काळजी करू नको. खानाला मारून आम्ही सुखरूप राहू. या निकटक्षणी तू खानाच्या गोटावरच राह्यला हवं. सूडानं पेटलेली आमची माणसं जेव्हा खानाच्या छावणीवर उतरतील, तेव्हा जाळपोळ, अकारण कत्तल होऊ देऊ नका. खानाच्या गजदळाचे सारे माहूत सुरक्षित राहतात का, हे जातीनिशी बघ. छावणीवरच्या आमच्या माणसांना हे आधीच सांगून ठेव. छावणी पुरी कबज्यात आल्याखेरीज आमच्या काळजीमुळं कोणी गडाकडे धावू नका. खान गारद होताच आम्ही छावणीकडे येऊ.”

बहिर्जीशी बोलत राजे सदरेवर आले.

राजांना मुजरा करून बहिर्जी गेला आणि राजे सदरेकडे वळले.

सदरेवरील मंडळींच्या चेहऱ्यांवर उसनं हसू होतं. पण त्यांच्या मनातली चिंता लपत नव्हती. सर्वांवरून नजर फिरवत असता राजांची नजर माणकोजीकडे गेली.

“माणकोजी,” राजे हसत म्हणाले. “वेळ जात नाही, तर सोंगट्यांचा पट मांडा ना!”

माणकोजींना आवरलं नाही. न कळत ते एकेरी बोलून गेले.

“शिवबा, अरे, वेळ कसली! अन् काय सुचतंय तुला? म्हनं, सोंगट्यांचा डाव खेळ.”

माणकोजींचा बसल्या जागीचा त्रागा पाहून, राजे मोठ्याने हसले.

माणकोजी त्या हसण्याने अधिकच संतापले.

"राजे, जीव तुमच्या एकट्याचाच नाही. साऱ्यांचाच गुतापा केलासा."

"आणि म्हणूनच आम्ही निर्धास्त आहोत. एक वेळ जावळी खोऱ्यातली झाडं त्या खानाला मोजता येतील. पण जावळी खोऱ्यातल्या झाडांच्या फांदी-सांदीतून, ढोल्या-झुडुपांतून, खाच-खळग्यांतून दबून बसलेली आमची माणसं त्याला हुडकता येणार नाहीत. खान भेटीला येईल, त्याच्याबरोबर फार तर बारा माणसं असतील आणि सभोवताली झाडीत आमचे सहाशे धारकरी तानाजी, येसाजीसह आमच्यावर लक्ष ठेवून आहेत."

"राजे, बाहेरच्या बळाला घेऊन काय करायचं? त्या खानाची भेट घेण्यापेक्षा लढाई झाली असती, तर परवडलं असतं."

"माणकोजी, तुम्ही, सोनोपंत, कृष्णाजी ही वयोवृद्ध, तपोवृद्ध माणसं. मासाहेबांचा सारा भरोसा आमच्यावर. आमचं यश, तेच त्यांचं जीवन. आम्ही यशस्वी झालो नाही, तर आम्ही सुपुत्र ठरणार नाही. आमच्या कर्तव्यात आम्ही रतिमात्र गाफील राहणार नाही. ही तुम्ही खातरी बाळगा. आम्ही खानाला कसं भेटायला जावं?"

कृष्णाजी बंककर चटकन म्हणाला,

"राजे, अंगाला सील करा."

"आणि बरोबर कोणाला नेणार?" माणकोजीनं विचारलं.

"भेटीच्या अटीनुसार आम्हांला दोनच हत्यारबंद रक्षक म्हणून नेता येतील. त्यांची निवड आम्ही केली आहे."

"कोण?"

"संभाजी कावजी. खानाच्या अजस्र ताकदीला तोंड देणारा तेवढा एकच आम्हांला दिसतो."

संभाजी कावजीची छाती फुगली. राजे म्हणाले,

"संभाजी, काम जोखमीचं आहे. नुसती ताकदच नव्हे, तर अकलेचाही वापर करावा लागेल."

"आणि दुसरा?" कृष्णाजीनं विचारलं.

सदरेवरच्या सर्वांना निरखीत राजे म्हणाले,

"आमचा जिऊ कोठे दिसत नाही?"

जिऊला बोलावण्यात आले. राजांनी सहजपणे त्याला विचारलं,

"जिऊ, उद्या आम्ही खानाच्या भेटीला जाऊ, त्या वेळी तू आमच्या संगती येशील?"

जिवा आश्चर्याने थक्क झाला. स्वत:ला सावरत तो कसाबसा म्हणाला,

"महाराज! माझ्या जिवाचं सोनं होईल."

रात्री सर्वांसह भोजन करून राजे आपल्या महालात गेले. महालाच्या समया शांत करण्यात आल्या, तेव्हा राजे झोपी गेले होते.

◆

अफझलखान आपल्या बैठकीवर लोडाला कलून बसला होता. बैठकीवर ठेवलेल्या रौप्य तबकातील खारीक, जर्दाळूंचा आस्वाद घेत डेऱ्यात उभ्या असलेल्या आपल्या सरदारांकडे पाहत होता. डेऱ्यातल्या चारी बाजूंच्या जळत्या रौप्य मशालींच्या उजेडात खानाची मुद्रा उजळली होती. त्यावर चिंतेचा लवलेशही दिसत नव्हता. खानासमोर थोड्या अंतरावर अंबरखान, रणदुल्लाखान, झुंझारराव घाटगे आणि शिवाजीराजांचे चुलत चुलते मंबाजीराजे भोसले उभे होते. खानाच्या उजव्या हाताला फाजलखान आणि त्याचे दोन भाऊ होते.

कोणी काही बोलत नव्हतं.

ती शांतता सहन न होऊन खान म्हणाला,

"खामोश क्यों? अफझलखान महंमदशाहीच्या गोटात असली खामोशी शोभत नाही. आम्ही आजवर अशा अनेक गद्दारांच्या भेटी घेतल्या आहेत."

झुंझारराव म्हणाले,

"बेअदबीची माफी असावी. पण शिवाजीला भेटायला खानांनी एकटं जावं, हे आम्हाला मंजूर नाही."

"आम्ही एकटे जात नाही. आमचा डावा हात सदैव आमच्या कमरेच्या जमदाडावर असतो आणि आमचा उजवा हात बंडा सय्यद आमचं रक्षण करतो."

खानाच्या मागे पुतळ्यासारखा निश्चल उभ्या असलेल्या सय्यद बंडाच्या चेहऱ्यावर त्या स्तुतीचा काहीही परिणाम प्रकटला नाही. निर्विकार चेहऱ्याने तो उभा होता. खानाने सांगितले,

"शिवाजी कचदिल आहे. त्याचा फायदा आपण उठवायला हवा.

त्याची माणसं आमच्या गोटात आमच्यावर नजर ठेवून आहेत, हे आम्हांला केव्हाच कळलं आहे.''

खानाच्या बोलण्याने सारे चकित झाले. खान समाधानाने दाढी कुरवाळीत म्हणाला,

''त्या शिवाजीची आम्ही भेट घेऊ. त्याला पुरता बेसावध बनवू. आमची भेट झाली, की तो त्या भेटीची परतफेड करण्यासाठी आमच्या छावणीत येईल. तोवर आम्ही दम धरू.''

बसल्या जागी दोन्ही हातांची बोटे एकमेकांत गुंतवून हात चोळीत खान म्हणाला,

''ज्या दिवशी शिवाजी आमच्या छावणीवर मेहमान म्हणून येईल; त्या दिवशी तो परत गडावर जाणार नाही. त्या दिवसाची आम्ही वाट पाहतो. तोवर आपण या सीवाचा पाहुणचार मनमुराद भोगू.''

खानाच्या चेहऱ्यावर एक उग्र स्मित प्रकटलं होतं.

हळूहळू खानाची छावणी झोपी गेली. जागत्या पहाऱ्याचे आवाज खानाच्या छावणीतून उठू लागले. शेकडो पलित्यांच्या उजेडात निद्रित झालेली ती छावणी बाजूच्या पसरलेल्या रानात बैरागी धुमीसारखी भासत होती.

जावळीच्या रानावर आकाशातल्या चंद्रकोरीचं फिकं चांदणं चमकत होतं. रानावरून फडफडणाऱ्या दिवाभीतांच्या सोबतीनं असंख्य मावळे आवाज न करता झाडी-झुडुपांतून सराईतपणे लपले होते. त्यांनी काढलेले संकेताचे आवाज रानावर अधून-मधून पसरत होते.

◆

शिवाजीराजांना जाग आली. महालाच्या कोपऱ्यात समईच्या दोन ज्योती थरथरत होत्या. त्यांचा मंद प्रकाश समईभोवती घोटाळत होता. राजांनी पांघरूण दूर केलं. पलंगावर बसून त्यांनी नित्य स्मरण केलं. माता भवानीला स्मरून हात जोडले. सज्जापाशी जाऊन त्यांनी दृष्टी टाकली. पूर्वेला अद्याप पहाटेची जाग लागली नव्हती. सर्वत्र काळोख नांदत होता. काळोखात दडलेल्या जावळी रानाची आठवण होताच राजांना आपल्या सहकाऱ्यांची आठवण झाली. रात्रीच्या थंडीची, पहाटेच्या दवाची तमा न बाळगता, राजांना राखण्यासाठी, स्वराज्यासाठी त्या क्षणी हजारो जिवलग त्या रानात योग्य वेळेची वाट पाहत बसले होते.

राजांनी आवाज देताच दाराशी उभे असलेले हुजरे धावले. महालातल्या समया प्रज्वलित केल्या गेल्या. मुखमार्जन आटोपून येताच राजांनी जिऊ महाला आणि संभाजी कावजीला बोलावणे पाठविले.

जिवा महाला दिसताच राजे म्हणाले,

"जिवा तू आमच्यासह खानाच्या भेटीला येशील, त्याआधी एक छोटी कामगिरी आहे."

"जी!" जिवा महाला म्हणाला.

"तुझी कैची आहे ना?"

"महाराज! कैचीबिगर न्हावी शोभेल कसा?"

राजे हसत म्हणाले,

"जा. घेऊन ये."

जिवा कैची घेऊन आला. गंचकावर बसत राजांनी सांगितलं,

"जिवा, आमची दाढी उतर."

"जी!" जिवा महालाने आश्चर्याने विचारले.

राजे हसले,

"खानाची दाढी केवढी आहे, ते आम्हांला माहीत नाही. पण आमची दाढी त्याच्या हाती लागू नये, याची खबरदारी आम्हांला घ्यायला हवी. सहजपणे हाती न यावी, इतकी बारीक कर."

जिवा महालाने राजांची दाढी उतरवली. गालाबरोबर राहिलेल्या दाढीच्या केसांवरून हात फिरवत राजे म्हणाले,

"हे छान झालं." महालात उभ्या असलेल्या संभाजीकडे पाहत राजांनी सांगितलं, "हे पाहा, तुम्ही दोघे माझ्याबरोबर रक्षक म्हणून याल. संभाजी, तू माझ्यावर नजर ठेवायची. ती क्षणभरही ढळू द्यायची नाही, आणि, जिवा, तुझं लक्ष खानाबरोबर येणाऱ्या बड्या सय्यदकडे असलं पाहिजे. खान काय करतो, इकडं तुम्ही लक्ष द्यायचं नाही. सांगितलं, तेवढंच सांभाळायचं. समजलं?"

"गाफील राहू नका. तरवारीखेरीज दुसरं कोणतंही हत्यार बरोबर घेऊ नका."

स्नान आटोपून राजे देवघरात आले. नित्यपूजेच्या स्फटिक लिंगाची आणि भवानीची मनोभावे पूजा केली. समाधानी बनून राजे सदरेत आले.

सदरेत हजर होणाऱ्या मंडळींबरोबर राजे मनमोकळेपणाने बोलत होते.

हळूहळू पहाट झाली. पूर्वेची कड उगवत्या सूर्यप्रकाशात उजळली. सोनोपंत, माणकोजी, येसाची कंक यांच्याबरोबर केदारेश्वराच्या दर्शनाला राजे वाड्याबाहेर पडले.

गडावर माणसांची वर्दळ वाढली होती. नित्याची पक्ष्यांची किलबिल कानांवर पडत होती. पण एवढी वर्दळ चालू असूनही गडाचे वातावरण गंभीर वाटत होते. केदारेश्वराची पूजा करून, तीर्थ-प्रसाद घेऊन राजे पूर्वेच्या बुरुजावर आले. जावळी खोऱ्यामागील महाबळेश्वर डोंगर दिसत होता. राजांनी त्याला हात जोडले. त्या जागेवरून कोवळ्या उन्हात चमकणारं हिरवंगर्द कोयना खोरं, नदीकाठी ठाकलेली खानाची छावणी, गडाच्या प्रथम माचीवर उभारलेली भेटीची जागा स्पष्टपणे दिसत होती. बुरुजावर उभी केलेली पितळी तोफ बुरुजाच्या भोकातून ते दृश्य आ

वासून बघत होती. गडावरचे चौकी, पहारे सज्ज होऊन उभे होते.

खरेदीच्या आशेनं आलेले आणि खरेदी झालेल्या आनंदात राहिलेले खानाचे जवाहिरे, मोतिये यांचा आनंद फार काळ टिकला नाही. दिवसाबरोबर पालटणारं गडाचं रूप त्यांना बेचैन करत होतं. भेटीच्या दिवशी पहाटेपासून गडावर चाललेली चुपचाप वर्दळ, दक्षतेनं उभे असलेले चौकी-पहारे, तोफांच्या जवळ ठेवलेले मशालीचे टेंभे हे सारं पाहून खानाच्या जवाहिऱ्यांचा धीर सुटला. राजाच्या सदरेवर येऊन त्यांनी मोरोपंतांची गाठ घेतली. राजे देवदर्शन आटोपून परत येताच मोरोपंतांनी जवाहिऱ्यांना राजांच्या समोर आणलं.

निर्विकार चेहऱ्यानं मोरोपंतांनी सांगितलं,

''राजे, हे गडाखाली जातो म्हणतात.''

''का? आमच्या पाहुणचाराला कंटाळलात?''

हात जोडत जवाहिऱ्यांचा प्रमुख म्हणाला,

''तसं नाही, महाराज, आपली भेट झाली, की आम्ही परत येऊ.''

''भेट व्हायला आता कितीसा उशीर?''

जवाहिऱ्याचा चेहरा निग्रही बनला. त्यानं सांगून टाकलं,

''राजे, आमची जोखीम फार. आम्ही जायचा निर्णय घेतला आहे.''

''तुमच्या जोखमेइतकीच आम्हांला आमच्या जोखमेची जाणीव आहे. तुम्ही निर्णय घेतला आहे, तर आम्ही आडवे का येऊ? मोरोपंत, यांना सन्मानित करून पाठवा.''

मोरोपंतांच्या चेहऱ्यावर स्मित झळकलं. सदरेवरचे सारे हसू आवरत होते. सुटकेच्या आनंदात जवाहिरे वळले आणि सदरेच्या पायऱ्या उतरण्याच्या आत मोरोपंतांच्या इशारतीबरोबर हशम धावले. जवाहिरे पकडले गेले. जवाहिरे काही बोलण्याच्या आतच राजांची आज्ञा त्यांच्या कानांवर पडली.

''जवाहिरे, जे जोखीम बाळगतात, त्यांना नुसती संपत्तीची हाव बाळगून, फायदा बघून चालत नाही. अशा माणसांनी सदैव सावधपण बाळगायला हवं. तुम्ही चिंता करून नका. आमची भेट झाल्यानंतर तुम्हांला जिवानिशी सुखरूपपणे सोडण्यात येईल. मोरोपंत, तोवर यांच्या मुसक्या आवळून, यांना कैदखान्यात टाका.''

गडाच्या सर्व चौकी-पहाऱ्यांची जातीनिशी पाहणी केली. गडावरच्या तोफांच्या जागी दारूसामान आणून ठेवले जात होते. तोफा ठासून तयार होत होत्या. गडाचा कडेकोट बंदोबस्त पाहून राजे समाधानाने सदरेवर आले. सदरेवर राजांच्याबरोबर जाणारी मंडळी हजर होती. त्याचबरोबर माणकोजी दहातोंडे, सोनोपंत डबीर यांच्यासारखे वयोवृद्ध अस्वस्थ मनाने राजांकडे पाहत होते. सर्वांना उद्देशून राजे म्हणाले,

"जगदंबेच्या आशीर्वादानं आम्ही या संकटातून सुरक्षित बाहेर पडू, यात आम्हांला शंका नाही; पण दुर्दैवानं तसं घडलं नाही, तर आम्ही गेलो, म्हणून धीर सोडू नका. खानासकट पुऱ्या फौजेचा निकाल लावा. खानाचा बीमोड करून राजगड गाठा. तुमच्यासारख्या मंडळींनी मासाहेबांना धीर द्यायला हवा. संभाजीबाळांना गादीवर बसवून, तुम्ही सुरू केलेलं कार्य तडीस न्या."

राजांच्या बोलांनी साऱ्यांचे डोळे भरून आले.

सोनोपंत डबीर थरथरत म्हणाले,

"शिवबा, तू नाहीस तर काय होणार? तुझ्याशिवाय..."

"हां, सोनोपंत, डोळ्यांत पाणी आणायचं नाही. आपण सारे राज्याशी इमानी, शिवाजीबरोबरच हे सारं संपणार असेल, तर आमच्या कार्याला अर्थ उरणार नाही. शिवाजी असो वा नसो, हे राज्य तडीस न्यायची जबाबदारी तुमचीच आहे. राज्य राखलंत, तर असे दहा शिवाजी निर्माण होतील."

हे बोलत असता सदरेवर येणाऱ्या पंताजींच्याकडे साऱ्यांचं लक्ष गेलं. पंताजींचं वय झालं होतं, तरी वार्धक्यानं त्यांना नमवलं नव्हतं. गव्हाळी उजळ कांतीचे, सडसडीत बांध्याचे पंताजी सदरेवर उभे राहिले. सरळ नाक, पातळ गुलाबी ओठ, घारी तीक्ष्ण नजर त्यांचा अधिकार सांगत होती. पांढरी छटा उमटू लागलेल्या जाड भुवयांच्या खोबणीत शेंदुराचा तिलक शोभत होता. मोत्यांच्या झिरमिळ्या असलेली केशरी पगडी, पिवळा रेशमी अंगरखा आणि तलम मलमली धोतर हा पंताजींचा वेश होता. भरजरी उपरणं खांद्यावर रुळत होतं.

पंताजींचा थाट पाहून राजे म्हणाले,

"पंताजी, रंगपंचमीचा बेत दिसतो."

"महाराज, आज खऱ्या अर्थानं रंगपंचमी साजरी होणार. खानाला

आणण्यासाठी जाण्याची आज्ञा मागण्यासाठीच मी आलो आहे.''

राजांचं लक्ष आपल्या हातातील पोहोचीकडे गेलं. राजांनी ती काढली आणि पंताजींच्या हाती घालत राजे म्हणाले,

''पंताजी, खान तहाच्या अटी पाळतो आहे का, हे पाहा. आम्ही भेटेपर्यंत खानाला नजरेआड करू नका.''

''राजे, आपण चिंता करू नये. हरप्रयत्नानं खानाला एकांगी करून आपल्यासमोर उभा करतो. संधी एकदाच येते, हे न विसरता, जे करायचं, ते करावं. आता भेट होईल, ती खानाबरोबर. सांभाळून राहा, राजे.''

''पंत, चिंता करू नका.''

निग्रही पंताजींचं मन क्षणभर कातर बनलं. राजांचं रूप डोळ्यांत साठवत पंताजी म्हणाले,

''वडीलकीच्या नात्यानं एकच सांगावंसं वाटतं, राजे! आपल्या भूमीत निधड्या छातीच्या वीरांना कमतरता नाही. हजारो नव्हे, तर लक्षावधी वीर उभे करता येतील. पण ते बळ उभं करणारा आणि योग्य कारणी बळाचा वापर करणारा द्रष्टा पुरुष क्वचितच जन्माला येत असतो. खानास मारल्याविना राज्य साधत नाही, हे जेवढं खरं, तेवढंच द्रष्ट्या पुरुषाखेरीज राज्य उभं राहत नाही, हे सत्य आहे. राजे, तुम्हांला सुरक्षित राह्यलाच हवं!''

पंताजींना नमस्कार करण्यासाठी राजे नतमस्तक झाले. पण त्याच वेळी पंताजींच्या मिठीत राजे गुरफटले गेले.

पंताजी खानाच्या छावणीकडे गेले.

मध्यान्हीच्या वेळी अन्न नको म्हणू नये, म्हणून राजे पंगतीला बसले. कुणाच्याच गळ्याखाली घास उतरत नव्हता. पंगत उठली आणि राजे आपल्या महाली गेले.

राजांच्या निवडीनुसार पलंगावर राजांचे कपडे ठेवले होते. राजांनी प्रथम जरीबख्तर अंगात घातले. त्यावर मखमली फत घातली. श्वेत जरीकाम केलेला अंगरखा परिधान केला. पायांत चोळणा घालून कास कसली. कमरेला जरी दुशेला आवळला. शेल्यात उजव्या बाजूला

बिचवा खोवला. कानातल्या मोत्याचा चौकडा उतरून, डोईला बख्तर घालून, त्यावर आपला जिरेटोप चढवला. भवानी तलवार मस्तकी लावून, जिवा महालाच्या हाती देत राजे म्हणाले,

"प्रसंग पडला, तर हाती दे."

पलंगावरचं शेवटचं शस्त्र राजांनी उचललं. अतितीक्ष्ण पोलादी टोकांनी सजलेलं चार नख्यांचं ते वाघनख राजांनी डाव्या हातात चढवलं. वाघनखाच्या कड्या सुवर्णाच्या होत्या. दोन्ही कड्यांवर रत्ने बसवली होती. मिटलेल्या मुठीवर ती रत्ने अंगठ्यांसारखी भासत होती. मुठीत वाघनख अंग आवरून बसलं होतं.

पोशाख करून राजे सदरेवर आले. सर्वांच्या संगती राजे वाड्याबाहेर पडले. सर्वांना सूचना देत राजे गडाच्या माचीवरील बुरुजाकडे जात असता मोरोपंतांना म्हणाले,

"मोरोपंत, खानाचं पारिपत्य झाल्यानंतर केदारेश्वराच्या मंदिराजवळ भवानीचं देऊळ उभं करा. तुळजापूर भवानीसारखंच इथं मंदिर असावं, असं वाटतं."

"जी."

राजे बुरुजावर आले. तेथून ते खानाच्या छावणीकडे पाहत होते.

◆

खानाच्या छावणीत खान निघण्याची सर्व तयारी झाली होती. खानाच्या छावणीवर खुशी दिसत होती. खासे सरदारांची मेजवानी आनंदाने पार पडली होती. साध्या पंक्ती अजून बसायच्या होत्या. खानाच्या डेऱ्यासमोर खानाची शाही पालखी ठेवली होती. पालखीनजीक कृष्णाजी भास्कर आणि पंताजी गोपीनाथ बोलत उभे होते. खानाच्या पालखीचे बत्तीस भोई हजर झाले होते. खानाबरोबर येणारे रक्षक कमरेला कट्यारी आणि हातांत तळपते तेगे घेऊन उभे होते. भरजरी दरबारी पोशाख केलेला, डोक्याला रत्नांकित शिरपेचाचा किमाँश परिधान केलेला धिप्पाड देहाचा अफझलखान पाठीवरून पायापर्यंत रुळणारा मखमली काबुजा सावरीत आपल्या सरदारांसह बाहेर आला. फाजलखानाने कुर्निसात करताच इतर सरदारांनी त्याचं अनुकरण केलं आणि मुजऱ्याचा स्वीकार करून खान पालखीत बसला. पालखी उचलली गेली. खान निघाल्याची इशारत देणारा चौघडा झडला. खानाची पालखी थोडं अंतर गेली आणि त्या पालखीला पंधराशे सशस्त्र धारकरी येऊन मिळाले. ते पाहताच पंताजी गोपीनाथ खानाच्या पालखीकडे धावले. पालखी थांबली. पंताजी म्हणाले.

''खानसाहेब, अटीनुसार वागायला हवं! राजे आधीच आपल्याला भ्यालेले. आपल्याबरोबर भेटीचे नियम तोडून पंधराशे धारकरी येत आहेत, हे कळताच भेटीस्तव अर्ध्या वाटेवर उतरलेले शिवाजीराजे आपली धास्ती खाऊन माघारी जातील. भेट होणं अशक्य होईल.''

खानाला ते पटलं.

''बिलकुल दुरुस्त!'' खानाने होकार दिला.

कृष्णाजी भास्करांना बोलावून संगती येणारे पंधराशे धारकरी

माचीखालीच ठेवण्याची आज्ञा खानाने केली.

आता खानाच्या संगती बत्तीस भोई आणि दहा धारकरी रक्षक उरले होते. अफझलखानाचे वकील कृष्णाजी भास्कर आणि खानाचे स्वागत करण्यासाठी आलेले शिवाजीराजांचे वकील पंताजी गोपीनाथ पालखीच्या दोन्ही बाजूंना अदबीने उभे होते. खानाच्या आज्ञेने भोई चालू लागले. माचीचा चढ सुरू झाला आणि खानाची पालखी डळमळू लागली. पालखीचा गोंडा हाती धरून खान आपला तोल सावरत दोन्ही बाजूंचे गर्दरान आपल्या तीक्ष्ण नजरेने पाहत होता.

पालखी माचीवर आली. घामेजलेल्या भोयांनी पालखी शामियान्यासमोर ठेवली. कृष्णाजी भास्करांनी तत्परतेने खानाला हात दिला. खान पालखीतून बाहेर आला. त्याचं प्रथम लक्ष गेलं, ते माचीवर उभ्या ठाकलेल्या गडाकडे. भक्कम तटांनी बंदिस्त असलेला गड नजरेत भरत होता. गडाची एक सोंड थेट माचीनजीक पोचली होती. चारी बाजूंना हिरवंकंच रान सूर्यकिरणांत तळपत होतं. माचीची जागा पाचूच्या कोंदणात जडवलेल्या प्रवाळासारखी भासत होती.

माचीवर खानासोबत आलेल्या माणसांखेरीज कोणीही दिसत नव्हतं. एक विलक्षण शांतता त्या जागेवर नांदत होती.

त्या शांततेचा भंग करीत शामियान्याकडे हात दाखवत पंताजी गोपीनाथ म्हणाले,

"खानसाहेब, चलावं!"

ठरलेल्या अटीनुसार सोबत आणलेले धारकरी आणि भोई शामियान्यापासून बाणाच्या टप्प्यावर ठेवून, खान दोन्ही वकिलांसह शामियान्यात येऊन पोहोचला.

एखादा पर्वत उभा ठाकावा; तसा तो अजस्त्रकाय खान कमरेवर हात ठेवून शामियाना निरखीत होता.

शामियान्याचे सोन्याचे चंदराई कळस उन्हात तळपत होते. नाजूक नक्षीदार शिसवी खांबांनी शामियान्याला आधार दिला होता. रेशमी काढण्यांच्या तणावा शामियान्याला लावल्या होत्या.

खानाने डेऱ्यात प्रवेश केला.

पायांखाली सहज घोट्यापर्यंत पाय रुतावा, अशा गालिचांनी सारी जमीन अंथरली होती. बऱ्हाणपुरी चिटाचे पडदे-आडपडदे लटकले होते.

कलाबुती कनाती नाना रंगांनी शोभत होत्या. पडद्यांना, झालरींना मोतीलग लावले होते. डेऱ्याची अस्मानगिरी रत्नांकित होती. बैठकीचा चौथरा आणि त्याचं वैभव पाहून खानाचे डोळे दिपले. सुवर्ण धूपदाण्यांतून धूपाची वलये उठत होती. कस्तूरीचा सुगंध सर्वत्र पसरला होता. मुरादाबादी पिकदाणीपासून ते बऱ्हाणपुरी सुवर्ण-हुक्क्यापर्यंत सर्व सुखसोयी त्या शामियान्यात खानाच्या स्वागतासाठी तिष्ठत होत्या.

पंताजी गोपीनाथांनी खानाला बैठकीवर बसण्याची विनंती केली.

बैठकीवर बसत, ते ऐश्वर्य निरखीत खान म्हणाला,

"पातशहांच्याजवळ अशी दौलत नाही, ती या शिवाजीजवळ? काय हा दिमाख?"

पंताजी नम्रपणे म्हणाले,

"मी सांगितलं, ते हुजुरांना पटलं, तर! हा माल परका नाही. हे ऐश्वर्य आपल्याबरोबर पातशाहीकडे जाईल."

खान मनापासून हसला.

"आम्ही हजर झालो. आता वेळ न करता तुमच्या राजांना बोलवा."

खान निघाल्याची नौबत प्रतापगडावर झडताच राजे गडाच्या प्रथम दरवाजापाशी आले. भेटीला जाण्याची वर्दी येताच शिवा रामोश्यानं राजांच्या पायावर डोकं ठेवलं. त्याला प्रेमभराने उठवत राजे म्हणाले,

"शिवा, आम्ही येईपर्यंत तू इथंच उभा राहा. आम्ही गडात प्रवेश करताच गडाचा दरवाजा बंद करून घे. मोरोपंत, सोनोपंत, माणकोजी, तुम्ही इशारतीच्या तोफेजवळ उभे राहून तमाशा पाहा. आम्ही येतो."

दरवाजानजीक राजांचा उमदा घोडा विश्वास उभा होता, त्या जागेपासून माचीचं अंतर थोडं होतं. राजांच्या घोड्याबरोबर रक्षकदळ चाललं होतं.

शामियान्याजवळ राजे आले आणि राजांच्या स्वागताला कृष्णाजीपंत आणि पंताजी गोपीनाथ सामोरे आले. राजे घोड्यावरून पायउतार झाले. आपले खासे दोन रक्षक आणि दहा जोखीमदार यांच्यासह ते शामियान्याकडे चालू लागले. शामियान्यापलीकडे खानाची पालखी आणि खानाचे रक्षक उभे असलेले दिसत होते. शामियान्यापासून थोड्याच अंतरावर राजांचे जोखीमदार उभे राहिले.

राजे डेऱ्याजवळ गेले आणि प्रवेशद्वारी लावलेल्या चिकाच्या पडद्यातून

खानाच्या शेजारी उभा असलेला बडा सय्यद राजांच्या लक्षात आला.

राजे कृष्णाजी भास्करांना म्हणाले,

"कृष्णाजीपंत, खानाच्या शेजारी कोण आहे?"

"सय्यद बंडा."

"अटीनुसार त्याला बाहेर जायला सांगा."

आत जाऊन कृष्णाजी भास्करांनी राजांची विनंती सांगितली.

राजांच्या भित्रेपणाला हसून खानाने सय्यद बंडाला दूर केले.

राजांच्या प्रवेशद्वारी जिवा, संभाजीला उभे करून कृष्णाजी पंताजींसह शिवाजीराजांनी आत पाऊल टाकले.

राजांच्या स्वागतासाठी खान चौथर्‍यावर उभा होता. ज्या शिवाजीला पाहण्यासाठी खान उतावीळ झाला होता, तो शिवाजी खानासमोर उभा होता.

शिवाजीराजांना पाहताच खान दचकला. एका भित्र्या, आर्जव करणाऱ्या शिवाजीचं रूप त्यानं मनाशी चितारलं होतं. पण त्याऐवजी मस्तकी शिवगंध धारण केलेली राजांची धीट मूर्ती त्याला काळ्या ढगातून उभ्या ठाकलेल्या विजेसारखी भासली. तेजस्वी हिऱ्यांसारखे ते डोळे खानावर खिळले होते.

हा कचदिल शिवाजी?

आपले गडकोट दौलतीसह माझ्या पायांवर ठेवू पाहणारा हा शरणागत शिवाजी?

मग नजरेला नजर भिडवण्याचं बळ आणलं कोठून?

कशाच्या बळावर हा एवढा निर्भय बनला आहे?

अंदाजात कुठं गफलत तर झाली नाही ना!

कपट हा ज्याचा स्वभाव, धोका हाच ज्याचा रिवाज, असा अफझलखान त्या विचारांनी अस्वस्थ झाला. गारुड्याच्या पुंगीपुढे जसा नाग डोलावा, तसा तो उभा होता.

पंताजी गोपीनाथांच्या आवाजाने खान भानावर आला.

पंताजी गोपीनाथ ओळख करून देत होते.

"विजारतमाब हुजूर अफझलखान महंमदशाही!"

शिवाजीराजांनी सावधपणे कृष्णाजी भास्करांकडे पाहिलं. कृष्णाजी भास्करांनी होकार दिला आणि सांगितलं,

"महाराज शिवाजीराजे भोसले."

खानाच्या चेहऱ्यावरचं हास्य केव्हाच लोपलं होतं. बेदरकार उभ्या राहिलेल्या राजांकडे बोट दाखवत त्याने विचारले,

"शिवाजी शिवाजी म्हणतात, तो हाच काय?"

दोन्ही वकिलांनी माना डोलावल्या आणि त्याच वेळी खंबीर आवाज उमटला.

"खान खान म्हणतात, तो हाच काय?"

शिवाजीराजांच्या प्रश्नाला दोन्ही वकिलांनी मान तुकवली.

हा डरपोक शिवाजी?

जरूर कुठं तरी गफलत होते आहे!

बेचैन झालेल्या खानाने दोन दिशांनी बाहेर जाणाऱ्या दोन्ही वकिलांकडे पाहिलं आणि स्वत:ची मन:स्थिती सावरत तो आपले विशाल बाहू पसरत म्हणाला,

"आओ, राजेऽऽ"

जगदंबेचं स्मरण करून राजे चौथरा चढले आणि अफझलचे मिठीचे हात राजांच्या पाठीवर पडले. शिवाजीराजांनी रीतीनुसार खानाच्या उजव्या छातीवर मस्तक टेकले आणि डाव्या छातीकडे मस्तक नेत असता खानाच्या नजरेला क्षणभर नजर भिडली. राजांच्या नजरेनं खानाच्या जिवाचं पाणी झालं. कपटनीतीत तरबेज असलेल्या खानाला इशारा मिळाला आणि निर्धारानं डाव्या बाजूला आलेलं राजांचं मस्तक त्यानं काखेखाली घेतलं. डावा हात जमदाडीच्या मुठीवर गेला.

...आणि याच वेळी एक असह्य वेदना खानाच्या डाव्या कुशीत उठली. तोंड वासलं गेलं. सारं बळ एकवटून खानाने जमदाड उपसून राजांच्या पाठीवर वार केला. अंगातल्या चिलखतामुळे अंगरखा फाडीत जमदाड पाठीवरून घसरलं. वाघनख खानाच्या डाव्या कुशीत कारगर झालं हेतं. राजांनी त्याच क्षणी बिचवा उपसून उजव्या बाजूत भोसकला. सर्व ताकदीने बिचवा आडवा ओढला. खान त्या वाराने मागे कलला.

खानाच्या पकडीतून सुटका करून घेत राजांनी चौथऱ्याखाली उडी मारली, तोच संतापाने बेभान झालेल्या खानाचा दुसरा वार राजांच्या मस्तकावर झाला. जिरेटोप तुटून आतले जरीबख्तर फुटून, त्या वाराने राजांच्या टाळूवर निसटती जखम झाली.

सुन्न झालेले राजे स्वत:ला सावरीत असतानाच खान ओरडला—
"दगाऽऽ! दगाऽऽ!"

शामियान्यात सर्व लक्ष केंद्रित करून दाराशी उभे असलेले संभाजी कावजी व जिवा आत घुसले. जिवाने पाहिले, तो बधिर झालेले राजे शामियान्यात उभे होते. दुसऱ्या दरवाजाने बंडा सय्यद पट्टा चढवून पुढे सरकत होता. क्षणाचाही अवधी न घेता जिवा महालाने बैठक घेतली. शिवाजीवर लक्ष ठेवून येणाऱ्या सय्यदचं लक्ष पळभरच हाताखाली आलेल्या जिवाकडं गेलं आणि त्याच क्षणी राजांच्या रोखाने जाणारा सय्यद बंडाच्या पट्ट्याचा हात जिवाने तलवारीने कलम केला. सय्यदची किंकाळी उमटली आणि जिवाच्या दुसऱ्या वाराने सय्यद कोसळला.

रक्तबंबाळ खान हाताने पोट दाबीत, रक्त सांडीत शामियान्याबाहेर जात होता.

शिंगाड्यांनी शिंग फुंकले.

दोन्ही बाजूंच्या झाडीतून सपासप बाण आले आणि खानाचे रक्षक वादळात झाडावरून पडणाऱ्या फळासारखे उभ्या जागी ढासळू लागले.

ते पाहत खानाने कशीबशी आपली पालखी गाठली. भोयांनी पालखी उचलली. तोवर संभाजी कावजी तेथे आला होता. कसलाही विचार न करता संभाजीने भोयांचे पाय तोडले. पालखी पडली आणि संभाजीची तलवार खानाच्या छातीत घुसली.

सावध झालेल्या राजांच्या हातात जिवाने भवानी तलवार दिली. राजे त्वरित शामियान्याबाहेर पडले.

झाडीतून उमटलेल्या वीरांनी एकच चकमक सुरू केली होती. राजांनी घोडं गाठलं. राजे स्वार झाले. पण संभाजी कुठे दिसत नव्हता. त्या गर्दीत संभाजीची वाट पाहत असता कृष्णाजी भास्कर तळपत्या तलवारीनिशी धावत राजांपाशी गेला. तो ओरडला,

"राजे, घात केलात."

कृष्णाजीने केलेला वार आपल्या तलवारीवर झेलत राजे ओरडले,

"पंत, तुम्ही जा. तुम्ही ब्राह्मण, तुम्ही जा."

संतापाने बेभान झालेल्या कृष्णाजींनी दुसरा वार उचलला. राजांचा नाइलाज झाला. कृष्णाजींचा वार परतवून राजांची तलवार कृष्णाजींच्या छातीतून आरपार गेली. कृष्णाजी खाली कोसळले आणि राजांना

संभाजी दिसला.

डाव्या हाती खानाचे मस्तक घेऊन संभाजी धावत येत होता.

ते पाहताच राजांनी घोड्याला टाच दिली.

राजे गडाच्या दरवाजाजवळ दौडत आले. पायउतार झाले आणि धावत सुटले. शिवा रामोशानं तत्परतेनं दरवाजा बंद करून घेतला.

गडाच्या दुसऱ्या दरवाजापाशी प्राण कंठाशी घेऊन उभे असलेले सोनोपंत, माणकोजी, उघडेबोडके रक्तबंबाळ कपड्यानिशी पायऱ्या चढत, धावत येणाऱ्या राजांना पाहत होते.

राजांचं ते रूप पाहून दोघांचंही उभ्या जागी बळ सरलं होतं. सर्वांगाला कापरा सुटला होता. राजे त्यांच्याजवळ येताच म्हणाले,

"माणकोजी, हे रक्त आमचं नाही. आम्ही सुखरूप आहोत. परमेश्वरानं आम्हांला राखलं."

"राजे!" आनंदित झालेले माणकोजी उद्गारले.

त्यांना थांबवत राजे म्हणाले,

"माणकोजी, आता उसंत नाही. तोफेची इशारत द्या. तोवर आम्ही केदारेश्वराचं दर्शन घेऊन येतो."

राजे केदारेश्वराकडे चालू लागले. राजे केदारेश्वरापुढे नतमस्तक झाले आणि त्याच वेळी गडावरून तोफेचा आवाज उठला.

◆

माचीवर चाललेल्या प्रकाराचा अंदाजही खानाच्या छावणीला नव्हता. तो शाळू दिवस असल्याने तेव्हाच तिन्हीसांजा झाल्या.

राजांनी दिलेल्या मेजवानीने तृप्त झालेली खानाची छावणी जडावलेल्या डोळ्यांनी आपल्या उद्योगाला लागली होती. कृष्णाकाठावरून पाण्यावर गेलेली घोडी परतत होती. रसोईच्या डेऱ्यामध्ये रात्रीच्या मेजवानीचा बेत शिजू लागला होता.

खानाचे एक सरदार अमजदखान आपल्या डेऱ्याबाहेर आले. तिन्हीसांजेच्या लांबलचक सावल्या सर्वत्र विखुरल्या होत्या. अमजदखानाचा डेरा छावणीच्या एका कोपऱ्यात होता.

अमजदखान प्रसन्न मनाने छावणी निरखून पाय मोकळे करण्यासाठी चालू लागला. थोड्याच वेळात भेटीहून खान येईल आणि नंतर अफझलखानाला झोप येईपर्यंत त्याच्यासमोर हात बांधून उभे राहून तिष्ठावे लागेल, याची कल्पना अमजदखानाला होती.

विजापूरच्या वातावरणाला नवख्या असलेल्या त्या गर्द राईचे सुख भोगत अमजद रानातून चालत होता.

अचानक त्याची तंद्री भंगली. आलेल्या आवाजाने त्याने दचकून वर पाहिले. झाडांच्या पानांतून सळसळ वाढली होती. खानाने आवाज टाकला—

''कौन है?''

पण काही उत्तर आले नाही. खानाने परत तोच आवाज टाकला आणि त्याच वेळी झाडावर धनुष्यबाण घेऊन बसलेला तीरंदाज खानाच्या नजरेत आला. अमजदखानाच्या चेहऱ्यावर एकच भीती तरळली. क्षणात स्वतःला सावरून उसन्या अवसानाने खानाने विचारले,

"कौन हो तुम?"

"जी... मैं रखवालदार."

"रखवालदार? तो पेड के उपर क्यूं बैठा है? नीचे उतरो."

–आणि त्याच वेळेला गडावरून उठलेला इशारतीच्या तोफेचा आवाज साऱ्या कोयना खोऱ्यात घुसला. त्या आवाजाने सावध झालेला अमजदखान पाठ वळवून छावणीकडे जाऊ लागला. मागून आवाज आला,

"खानसाब!"

नकळत अमजदखान वळला आणि झाडावरून सुटलेला बार त्याच्या छातीत घुसला. अमजदखानाची किंकाळी उमटली. पण त्यापेक्षाही जावळी रानातून उठलेली हरऽहरऽमहादेवाची घोषणा मोठी होती.

पाहता-पाहता खानाच्या छावणीवर नवी सृष्टी निर्माण झाली. जाळ्या-झुडुपांतून, झाडा-फांदीतून, खडका-धोंड्यांतून मावळे छावणीवर उतरत होते. साऱ्या वाटा झाडे तोडून आधीच अडवल्या होत्या. बेसावध माणसं दिसेल त्या वाटेनं धावत होती. आलेल्या बाणांनी टिपली जात होती.

खानाच्या फौजेचा साफ पराभव झाला. माचीखालच्या पंधराशे रक्षकांची तीच अवस्था झाली होती. त्यातून जे वाचले, ते धावत-पळत छावणीकडे सुटले.

आश्रयाच्या आशेनं धावत आलेल्या त्या रक्षकांनी छावणीचे स्वरूप पाहिले, तेव्हा त्यांचाही धीर सुटला.

खान ठार झाल्याची बातमी आल्यावर तर मराठ्यांना जास्तच अवसान चढले. अंधार पडत चालला होता. या हातघाईच्या लढाईत खानाचे खासे सरदार ठार झाले. खानाचा पुत्र फाजलखान खंडोजी खोपड्यांच्या मदतीने आपल्या दोन-चार सरदारांसह पळून जाण्यात यशस्वी झाला.

छावणीचा विजय प्राप्त होताच साळोखे, पांगारकर, आदी राजांचे सरदार छावणीचा कब्जा घेत होते. छावणीवरील टेंभे पेटले.

काही घडलेच नाही, असे भासवून उतरणाऱ्या छावणी काळोखात पूर्ववत चमकू लागली.

◆

गडावरती एकच आनंदाचा जल्लोश चालू होता. सारे जण तटाकडे जाऊन खानाची छावणी पाहत होते. राजसदरेवरती माणकोजी, सोनोपंत अधीऱ्या मनाने राजांची वाट पाहत होते. संभाजीने आणलेले खानाचे मुंडके सदरेवर झाकून ठेवलेले होते. संभाजी आवेशाने सांगत होता,

"... आणि काय? राजांनी बघता-बघता खानाचा कोथळाच काढला. खान 'मेलो... मेलो' म्हणून वराडला. म्या आणि जिवा तवाच आत धावलो. खान भक्कम गडी. आपला कोथळा सावरत झोकांड्या देत त्यो छावणीभाईर गेला. म्या तसाच धावलो. तवर खान पालखीत बसलाबी व्हता. भोयांनी पालखी उचलली व्हती. म्या इचारच न्हाई केला. भोयांचे पाय सपासप तोडले आणि पालखी पडली."

सदरेवर एकच हसणं उसळलं. त्याच वेळी खानाच्या रक्ताने डागळलेले कपडे बदलून, दुसरा वेश परिधान करून राजे सदरेवर आले. त्यांचा आवाज उमटला–

"इथंच चुकलं, संभाजी. जिवानं सय्यदवरची नजर ढळू दिली नाही, म्हणूनच आम्ही सय्यद बंडाच्या हातून बचावलो. तुलाही आम्ही आमच्यावरचं लक्ष ढळू देऊ नको, असं बजावलं होतं. पण तू खानाच्या पाठीमागे गेलास. असा उतावळा स्वभाव ऐन प्रसंगी चालत नाही."

राजांच्या त्या बोलांनी संभाजीचं तोंड उतरलं. राजे त्याच्याजवळ गेले.

"बोललो म्हणून वाईट वाटून घेऊ नको. अशा अनेक कामगिऱ्या तुला कराव्या लागतील. रेड्याची ताकद असावी. पण बुद्धी सिंहाची बाळगावी."

राजाचं लक्ष सदरेवर येणाऱ्या कान्होजी जेध्यांकडे गेलं. कान्होजींचे कपडे रक्ताने रंगीत झाले होते. त्या वयोवृद्ध पुरुषाच्या चेहऱ्यावर जखमांची क्षितीही नव्हती. चेहऱ्यावर विजयांचं स्मित झळकत होतं. राजांची नजर वळताच कान्होजी म्हणाले,

"राजे, खानाची छावणी गारद झाली. पण त्या गर्दीत खानांच्या वतीने आलेले आपले चुलत चुलते मंबाजीराजे गारद झाले."

"युद्धामध्ये शत्रू, तो शत्रूच. त्यांच्या मृत्यूबरोबरच वैर टळले. मंबाजींची क्रिया यथासांग करा. जे शरण आले असतील, त्यांना सुखरूपणे माघारी पाठवून द्या."

कान्होजी वळणार, तोच राजांची हाक कानांवर आली.

"कान्होजी! तुम्ही जाण्याची गरज नाही. मोरोपंत जातील, तुम्हांला विश्रांतीची गरज आहे."

कान्होजी हसले. ते म्हणाले,

"फार दिवसांची इच्छा होती, राजे, आज मनमुराद रंगपंचमी साजरी केली. जखमा भारी नाहीत. त्याची चिंता करू नये."

राजे आनंदाने जेध्यांचं ते वीररूप पाहत होते. जेध्यांचे पाय थबकलेले पाहून राजांनी विचारलं,

"काही सांगायचं आहे का? बोला, जेधे. काय असेल ते सांगून टाका."

"राजे, खानाचा एक मुलगा फाजलखान आणि त्याचे दोन सरदार खंडोजी खोपड्यांच्या मदतीनं पळून गेले. पण खानाची दोन मुलं सापडली आहेत. त्यांखेरीज खानाच्या वतीनं आलेले अंबरखाँ, रणदुल्लाखाँ वगैरे सरदार कैद झाले आहेत. त्या सर्वांना माचीवर आणलेलं आहे. आपण एकदा त्यांचा निर्णय..."

"निर्णय कसला? खानाच्या मृत्यूबरोबरच आमचं वैर मिटलं. बेइमान खंडोजी खोपड्यांचं आम्ही पाहून घेऊ. आम्ही माचीवर येऊ."

राजे चालू लागले. मशालधारी सेवक पुढे चालत होते. राजांच्या मागून सोनोपंत, माणकोजी, कान्होजी, संभाजी, जिवा चालत होते. गड उतरत असता तानाजी, बांदल वगैरे भेटत होते. उराउरी भेट देऊन त्या वीरांचं कौतुक करीत होते. राजे सर्वांसह माचीवर आले.

लढाईत कामी आलेले वीर शेल्याखाली झाकून ठेवले होते.

राजे पंताजींना म्हणाले,

"पंताजी, कृष्णाजीपंतांना सन्मानानं अग्नी द्या."

खानाच्या शवानजीक राजे आले आणि ते म्हणाले,

"ज्या म्लेंच्छानं आमच्या कुलदैवतास उपद्रव केला, त्या या म्लेंच्छाचं मस्तक मासाहेबांना पाहण्यासाठी पाठवा. राजगडाच्या वेशीत त्या मस्तकाला जागा द्या. जिथं खान पडला, बंडा सय्यद पडला, त्या जागी या विजापूरच्या सेनापतीचं यथोचित दफन करा."

हाती जेरबंद केलेले खानाचे मुलगे आणि सरदार राजांच्यापुढे ढकलले गेले.

"रहेम... रहेम..." म्हणत राजांच्या पायांवर त्यांनी लोळण घेतली.

राजांनी त्यांना प्रेमभराने उठवले. त्यांना दिलास दिला. मागे उभ्या असलेल्या मोरोपंतांना ते म्हणाले,

"या सर्वांना सन्मानित करून बाइज्जत माघारी पाठवून द्या. त्यांच्या प्रवासाची तजवीज करा."

राजे गडावर आले. सर्वत्र एकच आनंद उसळला होता. खानाचे मस्तक जिऊ महालासंगती राजांनी राजगडावर पाठविले.

कान्होजी जेधे राजांना म्हणाले,

"राजे, लक्ष्यवेध करून थोर पराक्रम केलात. या पराक्रमाला तोड नाही. आपण विश्रांती घ्या."

"नाही, कान्होजी, आम्ही लक्ष्यवेध केला असेल खरा. पण त्या राजगडावर सर्व लक्ष आमच्यावर केंद्रित करून मासाहेब बसल्या असतील. त्यांचं दर्शन घेतल्याविना आमच्या जिवाला चैन पडणार नाही. तुम्ही इथंच विश्रांती घ्या. आम्ही मासाहेबांचं दर्शन घेऊन माघारी येऊ. साऱ्यांचं कौतुक करायला वडीलधारे म्हणून तुम्ही इथंच राह्यला हवं."

"तुम्ही नाही, तर कौतुक कुणाचं करायचं?" कान्होजी म्हणाले.

"आपल्या वीरांचं! कान्होजी, आमचे सारे मावळे गोळा करा. त्यांच्या पराक्रमाचं कौतुक व्हायला हवं. त्यांना शिलेदार बनवा. खानाच्या मोहिमेत आलेली घोडी त्यांना द्या. खानाची बाडबिछायत मोजदाद करून ताब्यात घ्या. मदतीला मोरोपंत आहेत. हाती आलेली सारी

दौलत राजगडावर पाठवून द्या. ही जबाबदारी आपलीच आहे.''

त्या दिवशी सप्तमीची धीट चंद्रकोर आकाशात चमकत असता, मागे-पुढे पलोते घेतलेल्या अश्वपथकासह राजे राजगडाकडे मासाहेबांच्या दर्शनासाठी दौड करीत होते.

◆

मध्यरात्रीचा समय टळला. तरी राजगडावर संपूर्ण जाग होती. साऱ्या गडावर टेंभे, मशाली उजेड फाकत होते. महालातल्या समया प्रज्वलित झाल्या होत्या. राजसदरेवरती गडाचे मानकरी जमले होते. सदरेवर मध्यभागी एक तबक ठेवले होते. त्या तबकात जिवा महालाने आणलेले खानाचे मस्तक होते. जिवा महालाने सांगितलेली हकिगत ऐकून साऱ्यांची मने राजांच्या विजयामुळे आनंदाने भरून आली होती. सारे बोलत होते; पण जिजाबाईंच्या डोळ्यांसमोर त्याने भोगलेला दिवस हलत नव्हता.

पहाटेपासून जिजाबाई देवघरासमोर बसून होत्या. सारं मन काळजीनं पोखरून निघालं होतं.

राजांची ताकत ती केवढी? फार तर चार-पाच हजारांची कुमक! हत्ती ना तोफा, ना प्रबळ शस्त्रे आणि खान वीस हजारांच्या फौजेनिशी आलेला. शेकडो तोफा, घोडदळ, हत्ती आणि अगणित संपत्ती. त्याच्यापुढे राजांचा पाडाव लागणार कसा? राजांचं काही बरं-वाईट झालं, तर जिजाबाईंच्या आयुष्याला कोणता अर्थ राहणार होता? केवढा अघोरी खेळ मांडला राजांनी?

जिजाबाईंच्या मनातून हा विचार क्षणभरही ढळत नव्हता. देव्हाऱ्यासमोर येईल, तो नवस बोलत, डोळ्यांतली झरणी पदराने टिपत त्या जगदंबेकडे पदर पसरून बसून राहिल्या होत्या. काळ मुंगीच्या पावलाने सरकत होता. दोन प्रहर टळत आली, तरी काही वार्ता येत नव्हती आणि त्याच वेळी गडावरून तोफेचा आवाज उठला. आनंदित झालेल्या गडकऱ्यांच्या मुखातून उठलेला हरहर महादेवचा जल्लोश कानांत भरला. दासी धावत आली आणि तिने सांगितले,

“मासाहेब! तोफेचा आवाज झाला. राजांची फत्ते झाली.”

बसल्या जागी जिजाबाईंचे सारे अंग थरथरत होते, डोळ्यांच्या अश्रूंचे बंध फुटलेले, हुंदके आवरेनासे झाले.

दासी म्हणाली,

“मासाहेब!”

त्या हाकेने जिजाबाई सावध झाल्या. त्यांनी डोळे टिपले आणि देव्हाऱ्यासमोरील मोहरांनी भरलेली रत्नखचित मुठीची कट्यार मस्तकी लावून देवीच्या पायांशी ठेवली.

राजांच्या विजयाच्या वार्तेने जिजाबाईंना आनंद वाटायला हवा होता. पण त्याचं कोणतंही चिन्ह त्यांच्या चेहऱ्यावर उमटलं नव्हतं. साऱ्या गडावर आनंद पसरला होता. सकाळपासून जो गड दबक्या पावलाने वावरत होता, त्याच गडाला सायंकाळच्या वेळी वर्दळीचे उधाण चढले होते. जिजाबाई ते सारं पाहत होत्या. त्या वर्दळीचं त्यांना कौतुक होतं. पण मनातलं काळजीचं घर, तसंच मन पोखरत राहिलं होतं.

राजांनी खानाचा पराभव केला असेल; पण खुद्द राजे सुखरूप असतील का? हातघाई झाली असेल, तर जखमी तर झाले नसतील? कोण सांगणार?

त्या खानाचा भरवसा कुणाला?

राजांचे थोरले बंधू संभाजीराजे यांच्या मृत्यूला हाच खान कारणीभूत झाला. केसरजींचा यानेच कपटाने खून केला. खुद्द मालकांना हातकड्या ह्यानंच चढवल्या. तो का साधासुधा गारद होणार? मरता-मरतासुद्धा तो आपली चाल कशी सोडेल?

त्याच अस्वस्थ मन:स्थितीत जिजाबाई आपल्या महालात येरझाऱ्या घालत होत्या.

सूर्यास्त झाला. गडाचे दरवाजे बंद झाले.

पुतळाबाई राणीसाहेब जिजाबाईंच्या महालात आल्या. त्यांच्याकडे लक्ष जाताच जिजाबाईंनी विचारलं,

“काय, ग?”

“मासाहेब, सकाळपासून आपण काही घेतलं नाहीत.”

जिजाबाईंनी पुतळाबाईंना काही बोलू दिलं नाही. त्या खिन्नपणे हसल्या. म्हणाल्या,

“तू काही घेतलंस?”

पुतळाबाईंनी नकारार्थी मान हलवली.

“आणि मला सांगतेस? साऱ्या गडावर आनंद आहे. विजयाचा उन्माद साऱ्यांनाच चढला आहे. पण तो कसा आहे, कुणीच सांगत नाही. त्याला पाहिल्याविना घशाखाली घास उतरेल तरी कसा?”

त्या बोलांनी पुतळाबाईंचे आवरलेले मनाचे बांध फुटले. त्या धावल्या आणि एकमेकांच्या मिठीत दोघी बद्ध झाल्या.

अचानक दोघांची मिठी सुटली. नगाऱ्याचा आवाज साऱ्या गडावर घुमत होता. जिजाबाई, पुतळाबाई एकमेकींकडे आश्चर्याने पाहत होत्या.

गडाचे दरवाजे बंद झाले असता, गडाचे दरवाजे उघडले कुणी? असा कोण मातब्बर आला, की ज्याच्यासाठी नगारा झडावा?

हा मान फक्त राजांचा. राजे आले?

दोघी आनंदाने महालाबाहेर धावल्या आणि महालाबाहेरच्या सोप्यातच वयोवृद्ध पानसंबळ जिजाबाईंना मुजरा करते झाले. जिजाबाईंनी अधिऱ्या मनाने विचारले,

“राजे आले?”

नकारार्थी मान हलवीत पानसंबळ म्हणाले,

“नाही, मासाहेब! जिऊ महाला आलाय. एकटा आला नाही. खानाचं मुडकंही आपल्याला दाखवायला घेऊन आलाय.

“आणि म्हणून नौबत झडली?”

आनंदित झालेले पानसंबळ म्हणाले,

“मासाहेब, जवा खानाचं मुंडकं घेऊन जिवा गडापाशी आला, तवा राखणदाराचं भान राहिलं नाही. त्यानंच नौबत वाजवली.”

जिजाबाई पुतळाबाईंसह सदरेवर आल्या. खानाचं मस्तक सदरेवर ठेवलेलं होतं. जिजाबाई, पुतळाबाई सदरेवर येताच सारे अदबीने मागे सरले, जिवाने जिजाबाईंना मुजरा केला. जिजाबाई हसून म्हणाल्या,

“जिवा, आता मुजऱ्याची गरज नाही. आपसूक नौबतीचा मानकरी झालास. थोर पराक्रम केला तुम्ही.”

पानसंबळाकडे वळून जिजाबाई आज्ञा देत्या झाल्या.

“काका, आजपासून आमचा जिवा नौबतीचा मानकरी झालाय. स्वत:च्या पराक्रमानं त्यानं तो मान मिळवला आहे. आमच्या वतीनं

आज तो सोन्याच्या कड्याचा मानकरी बनला आहे.''

पानसंबळ आत धावले.

जिवाने येऊन जिजाबाईंच्या पायांवर मस्तक ठेवले. प्रेमभराने उठवत जिजाबाईंनी विचारलं,

''राजे कसे आहेत, ते मला सांग!''

''मासाहेब, राजे धडधाकट आहेत. त्यांस्नी कायबी झालं नाही.''

''त्याला काय माहीत असणार?'' मागून सोयराबाई राणीसाहेबांचा आवाज उमटला.

साऱ्यांनी चमकून सोयराबाईंकडे पाहिलं.

पाल चुकचुकावी, तसं जिजाबाईंना झालं. संयम आवरून त्यांनी विचारलं,

''काय म्हणतेस?''

''तो साधा न्हावी! त्याला काय कळणार?''

त्या बोलांनी जिवाचा चेहरा म्लान झाला. सोयराबाईंना मुजरा करून तो म्हणाला,

''मला ठावं न्हाई, तर कुनाला असणार? राजांच्या संगती म्या आनी संभाजी कावजी गेलो होतो. जे झालं, ते या डोळ्यांनी बघितलं.''

''काय बघितलंस?'' जिजाबाईंनी विचारलं.

जिवा अभिमानानं सारी कथा सांगत होता.

सारी सदर थक्क होऊन तो पराक्रम ऐकत होती. मध्यरात्र उलटली, तरी कुणाला जेवणखाण्याचं, भुकेचं भान राहिलं नव्हतं.

जिवाच्या कथनाबरोबरच जिजाबाईंची काळजी हरवली होती. आता ओढ लागली होती विजयी पुत्राच्या दर्शनाची.

पहाटेच्या वेळी चौघडा झडला. राजे गडावर येत असल्याची वार्ता पोहोचली. जिजाबाई आपल्या सर्व सुनांसह महालाच्या प्रवेशद्वारी उभ्या होत्या. उष्णोदकांनी भरलेली घंगाळी पायरीपाशी ठेवली होती. राजे गडावर आले. पहाटेच्या काळोखात मशालीच्या उजेडात स्मित वदनाने येणारे राजे पाहून जिजाबाईंच्या आनंदाला सीमा उरली नाही.

पादप्रक्षालन करून राजे वर येण्याची वेळ जिजाबाईंना फार मोठी वाटत होती.

राजे पायऱ्या चढून वर आले.

राजांची ओवाळणी झाली. राजांनी जिजाबाईंच्या पायांवर मस्तक टेकले. भारावलेल्या जिजाबाई म्हणाल्या,

"शिवबा, कधी तुला पाहीन, असं झालं होतं, रे."

"मासाहेब, भवानी कृपेनं आणि तुमच्या आशीर्वादानं आम्ही संकटातून तरलो."

"पण, तुम्हांला जखम झाली, म्हणे?"

"या जिवानं सारं सांगितलेलं दिसतं. सावधगिरी म्हणून आम्ही जिरेटोप वापरला होता. पण खानाच्या घावानं मस्तकावर थोडी जखम झाली. भिण्याचं कारण नाही."

"राजे, प्रथम जगदंबेचं दर्शन घ्या. मग सावचित चित्तानं आपण बोलू.

राजे जिजाबाईंसह देवघरात गेले.

समयांच्या शांत प्रकाशात देवघर उजळलं होतं. देव्हाऱ्यातली जगदंबेची सुवर्णमूर्ती नजरेत भरत होती.

राजांनी देवीपुढे मस्तक टेकले आणि त्यांचं लक्ष देवीच्या पायांशी ठेवलेल्या कट्यारीकडे गेलं.

राजांनी आश्चर्याने विचारले,

"ही कट्यार इथं कशी?"

जिजाबाई म्हणाल्या,

"राजे, तुम्ही संकटांना सामोरे जाता; पण त्याचा घोर अनेकांच्या जिवांना लागतो. तुम्हांला सुखरूप पाहीपर्यंत जिवात जीव नव्हता. काही बरं-वाईट घडलं असतं, तर ही कट्यार उराशी कवटाळण्याखेरीज आम्ही काय करणार होतो?"

"मासाहेब, हे तुम्ही सांगता? जेव्हा आम्ही खानाच्या भेटीला निघालो होतो, तेव्हा आम्ही जेधे-मोरोपंतांना सांगितलं होतं. काही दगा झालाच, तर युवराजांना मासाहेबांच्या मांडीवर बसवून त्यांच्या साहाय्यानं राज्यकारभार चालवावा."

जिजाबाई गहिवरल्या,

"राजे, बोलवतं तरी कसं? तुम्ही नाही तर..."

राजांचा चेहरा करारी बनला. जिजाबाईंवर नजर रोखत ते म्हणाले,

"हेच ते, याच शब्दांची सदैव भीती वाटते. यापेक्षाही मोठी संकटं आली, तरी आम्ही कचदिल होणार नाही; पण असले शब्द आम्हांला घायाळ करतात. आमच्याबरोबरच हा स्वराज्याचा खेळ संपणार असला, तर या खेळाला अर्थ काय? शेकडो लोकांच्या जीवांची गुंतवण केली, ती का एका माणसाच्या हौसेसाठी? नाही, मासाहेब! असला विचार कधीही मनात आणू नका. एक शिवाजी गेला, तर दहा शिवाजी निर्माण करण्याची जिद्द बाळगूनच तुम्हांला जगायला हवं.

"बोलायला सोपं जातं, पण ते बळ आणायचं कोठून?" निदान तुम्ही तरी हे विचारायला नको होतं. जेव्हा आमच्या पुंडाईच्या वार्ता विजापूरला पोहोचल्या, तेव्हा विजापूर दरबारानं आमच्या पिताजींना भिंतीत चिणून मारण्याचा घाट घातला होता. कपाळीच्या कुंकवाला धक्का लागत असतानाही शरणागतीचा सल्ला का नाही दिलात? बोला, मासाहेब, का नाही दिलात?"

"शिवबाऽ"

"भर अमावास्येला पुरंदरच्या लढाईसाठी आम्ही बाहेर पडलो, तेव्हा कुठला शकुन तुम्हांला का नाही आठवला?"

जिजाबाईंचे डोळे अश्रूंनी भरून आले. त्या म्हणाल्या,

"शिवबा! तुम्ही आम्हांला हे विचारता? सातामासाची गर्भारशी, मालक आम्हांला शिवनेरीला सोडून गेले, ना माहेरी ना सासरी, अशा जागी तुमचा जन्म झाला. त्या शिवनेरीवरती तुम्ही सहा वर्षांचे होईपर्यंत मला ना खबर होती विजापूरची, ना पुण्याची. हाती असलेला तुमचा थोरला भाऊ संभाजी मालक घेऊन गेलेले. कनकगिरीच्या लढाईत तो हरवल्याची फक्त बातमी मी ऐकली..."

बोलता-बोलता जिजाबाईंना हुंदका फुटला.

शिवाजीराजे धावले.

"मासाहेब, झालं, ते होऊन गेलं."

"झालं, ते होऊन गेलं?" जिजाबाई मिठीतून दूर होऊन म्हणाल्या. "राजे! बोलवतं तरी कसं? मायेची कूस तुम्हांला जाणवत नाही. तो हरवला. राहिलात तुम्ही एक आणि त्या अफझलच्या समोर तुम्ही जाताहात. आईच्या मनाला काय वाटत असेल, त्याची कधी चिंता बाळगलीत."

"मासाहेब, आयुष्याचा विचार करून भवितव्य कधी साकार होत नसतं. ते उजळावंच लागतं. मासाहेब, तुम्ही चिंता करू नका. हे हिंदवी स्वराज्याचं स्वप्न साकार केल्याखेरीज तुम्हां-आम्हांला मरण्याला उसंत नाही."

जिजाबाई राजांचं ते निराळं रूप पाहत होत्या. त्या स्मित वदनाने म्हणाल्या,

"चला, राजे, सदरेवर सारी माणसं खोळंबली असतील. देवीनं यश दिलं, सारं मिळालं."

शिवाजीराजे जिजाबाईंसह सदरेवर आले.

पानसंबळ आदी मानकरी राजांची वाट पाहत होते. दिवस-रात्रीचं भान कुणाला उरलं नव्हतं. सदरेवर येताच साऱ्यांच्या बरोबर जिवा महालाने मुजरा केला. राजे हसून म्हणाले,

"जिवा, आता तुम्ही नौबतीचे मानकरी आहात. मुजरा करण्याची काही गरज नव्हती. भर रात्रीचा तुमच्यासाठी दरवाजा उघडला जातो, नौबत झडते, हे का थोडं?"

"महाराज!" संकोचाने जिवा म्हणाला.

"थट्टा केली, रे! सारे काय म्हणतात, माहीत आहे?"

"काय म्हणतात?" मासाहेबांनी विचारलं.

"होता जिवा, म्हणून वाचला शिवा. असे सारे म्हणतात, त्यात काही खोटं नाही. अवधान राखून हा आला नसता, तर सय्यद बंडाच्या पट्ट्याखाली आमची गर्दन केव्हाच उडाली असती!"

त्याच वेळी राजांचं लक्ष अफझलच्या मस्तकाकडे गेलं.

राजे म्हणाले,

"मासाहेब, खानाच्या मस्तकाचं बाइज्जत गडाच्या कमानीत दफन करा. त्याच्या पूजे-अर्चेची, नैवेद्याची व्यवस्था लावा. शत्रू असला, तरी तो थोर सेनानी होता. मुत्सद्दी होता. त्याचा सन्मान व्हायला हवा."

"राजे! पहाट होत आली. तुम्ही थोडी विश्रांती घ्या."

"विश्रांती! मासाहेब, आता विश्रांतीला अवसर नाही. जेव्हा यश दारी येतं, तेव्हा उसंत घेऊन चालत नाही. आम्ही पन्हाळगडाची मोहीम आखून फक्त दर्शनासाठी इथं आलो आहोत."

"पन्हाळगड!"

"मासाहेब, अफझलच्या वधानं आदिलशाही बेचैन बनेल. संताप उसळेल, त्या आधी आपला मुलूख कबजात घ्यायला हवा."

"पण, राजे, एवढी मोठी जोखीम!" जिजाबाई म्हणाल्या.

"मासाहेब, तुम्ही आमच्याबरोबर वाईला यायला हवं होतं. आज वाईच्या छावणीवर आमचं दहा हजारांचं घोडदळ सज्ज आहे."

"दहा हजार!" जिजाबाईंनी विचारलं.

"खानाच्या पराभवात घोडी मिळाली. पण स्वार कुठून आणायचे? त्यासाठी मासाहेब आम्ही आमच्या साऱ्या धारकऱ्यांना घोड्याचा सराव दिला होता. आज आमचे सारे धारकरी शिलेदार बनले आहेत."

त्याच वेळी सदरेवर एका बाजूला उभा राहिलेला विठोबा स्वयंपाकी म्हणाला,

"महाराज! मी येऊ?"

राजांनी विठोबाकडे पाहिलं. ते हसून म्हणाले,

"अरे विठोबा, तुला घोड्यावर मांड टाकणं अवघड वाटत होतं ना?"

विठोबा आपल्या गालमिशांवरून पालथी मूठ फिरवीत म्हणाला,

"राजे, हवी तर पैज घ्या. पळत्या घोड्यावरून भाल्यानं निंबू नाही मारलं, तर मिशी उतरून ठेवीन."

सारी सदर हसली. राजे म्हणाले,

"सारे तुम्ही आलात, तर गडावर मासाहेबांना कोण जपणार? विठोबा, तुम्ही सर्वांनी मासाहेबांवर लक्ष ठेवा."

जिजाबाई उद्वेगाने म्हणाल्या,

"आणि आम्ही काय करायचं? तुम्ही माघारी परत येईपर्यंत देव्हाऱ्यासमोर उपास-तपास करायचे, हेच ना?"

"नाही, मासाहेब, या वेळी तुम्हांला मोकळीक नाही. खानाच्या छावणीवर मिळालेली सारी दौलत, बाडबिछायत, तोफा, दारूगोळा घेऊन जेधे गडावर येतील त्यांची सारी व्यवस्था तुम्हांलाच लावायला हवी. आपल्या बारा गडांवरती तोफा, दारूगोळा चढवा. आपले बारा गड मातब्बर बनवा. अफझलच्या लढाईत जे कामी आले, त्या वीरांच्या कुटुंबाकडे तुम्ही लक्ष द्या. शिवाजीराजे मोठे पराक्रमी असतील; पण त्यांच्यामागे मायेचा हात आहे, हे तुम्हीच दाखवायला हवं. मासाहेब,

उजाडायला आलं. आम्हांला जायला हवं. निरोप द्या.''

जिजाबाईंनी शिवाजीराजांच्या हातावर दही-साखर ठेवली.

भरल्या डोळ्यांनी त्या म्हणाल्या,

''राजे सुखरूपपणाने माघारी या. तुमच्याविना आम्हांला आता कुणी नाही. याचं विस्मरण होऊ देऊ नका.''

राजे नतमस्तक झाले. त्यांनी जिजाबाईंच्या पायांवर मस्तक टेकलं. बोलण्याचं भान दोघांनाही राहिलं नव्हतं.

राजे निरोप घेऊन गडाखाली उतरले.

जेव्हा प्रथम दरवाजाची नौबत झडली, तेव्हा सूर्योदय झाला होता.

◆

www.ingramcontent.com/pod-product-compliance
Lightning Source LLC
Chambersburg PA
CBHW060807250626
47162CB00005B/1703

* 9 7 8 8 1 7 7 6 6 3 9 4 5 *